TUYỂN TẬP THƠ
DƯƠNG ĐÌNH HƯNG

Tuyển tập thơ Dương Đình Hưng
Bìa: Uyên Nguyên Trần Triết
Tranh bìa và phụ bản: Dương Đình Tuân
Dàn trang: Đỗ Huỳnh Đăng Ngọc
Nhà xuất bản Nhân Ảnh
ISBN: 978-1-0881-4797-9

tuyển tập thơ

DƯƠNG ĐÌNH HƯNG

Nhân Ảnh

2023

Tiểu Sử Dương Đình Hưng

- Sinh năm 1939
- Quê quán Hà-Nội
- Cựu học-sinh Chu-Văn-An
- Tốt nghiệp BS Y-khoa Huế (1968)
- Tòng sự tại Tổng Y-Viện Duy-Tân Đà Nẵng (1969-1975)
- Vượt biển đến Hoa Kỳ từ năm 1975
- « Residency » tại Howard University Hospital, Washington, D.C. (1978-1982)
- Hành nghể BS tư tại Arlington, VA (1983-2017)
- Tác phẩm đã xuất bản:
  - "Thơ Tình" cùng Phạm Văn Hải (1995)
  - "Tình Khúc Dương Đình Hưng: Một thuở rong chơi vào thơ và nhạc" (2020): (sách bìa cứng với tờ nhạc/music sheet)

https://www.amazon.com/-/es/Dinh-Hung-Duong/dp/1989924824

- Hai trang web "Một thuở rong chơi vào thơ và nhạc":

www.duongdinhhung.com
https://tinhkhucduongdinhhung.blogspot.com

- Soạn trên 100 sáng tác, gồm những tác phẩm của riêng tác giả, những bài thơ đã được ba nhạc sĩ Nguyễn Tường Vân, Phạm Tuân và Nguyễn Ánh 9 phổ nhạc, và những bản nhạc ngoại quốc đã được tác giả đặt lời Việt.
- Thực hiện gần 200 videos:

https://www.youtube.com/@hunghoangduong/videos

- Cộng tác với trang mạng T-Vấn Và Bạn Hữu:

https://t-van.net/author/duongdinhhung/

Tranh: Dương Đình Tuân

MỤC LỤC

LỜI GIỚI THIỆU 13

THUỞ BAN ĐẦU 20

CON MÈO BÉ NHỎ 22

EM QUA CHỐN NÀY 24

PHỐ XƯA 26

BẾN XUÂN THUỞ NÀO 28

EM CỨ YÊU MỘT LẦN ĐI 30

NHỎ VĂN KHOA 32

BẢN TÌNH CA LUÂN VŨ 34

CHỐN NÀY EM QUA 36

ÁO TRẮNG THÔI BAY 38

GẦN BÊN EM 40

BẢN TANGO CUỐI CÙNG 44

THẾ À! THẾ À! 46

TÌNH LÀ GIẤC MƠ 48

DẤU CHÂN TRÊN CÁT 50

TÌNH MAN DẠI 52

TÌNH MẤT 53

TRẢ LẠI EM 54

VỀ HUẾ 56

CHỜ ĐÓN EM 57

NGÀN LAU 58

HẠT CÁT NHỎ NHOI 60

HỒNG NHAN TRI KỶ 62

NGÀY ẤY 64

CHUYỆN TÌNH XƯA 66

DÁNG XƯA YÊU KIỀU 68

MỘT ĐỜI THƯƠNG NHỚ 70

BÓNG THU XƯA 74

NGÀY VU QUY 76

DÙ MAI ĐÂY 78

NẾU NGÀY MAI 82

THỜI GIAN 84

TIẾNG AI KHÓC MÙA THU 86

VỀ VỚI KHÔNG 88

TRI ÂM MỘT TIẾNG DƯƠNG CẦM 90

BẰNG LĂNG HOA TÍM NGÀY XƯA 94

NGƯỜI XƯA ẤY 96

BIỂN CÓ BUỒN KHÔNG? 98

MỘT GÓC TRỜI 100

THÀ NHƯ KHÔNG CÓ MƯA! 102

PHỐ LẠ 104

BÈO TRÔI 106

CÓ GÌ ĐÂU 108

NHẠC BUỒN ĐÊM MƯA 110

SẦU LÊN 112

HUẾ ĐẾN VỚI TÔI 114

CÁNH HOA DÙ 116

THIÊN ĐƯỜNG VẪN Ở NƠI ĐÂY! 118

MÙA XUÂN VỪA TỚI! 122

GIỌT NƯỚC TRÔI QUA 124

HOA ĐÃ NỞ TRONG VƯỜN NHÀ TÔI 126

MẶT TRỜI, EM VÀ TÔI 128

VÀNG RƠI TỪNG CÁNH 130

AI VỀ BÊN PHỐ BOLSA 132

MỘT THOÁNG MÙA XUÂN 134

CHIẾC LÁ THU RƠI 136

MÙA ĐÔNG XA QUÊ 138

KHOẢNG CÁCH 141

CHIỀU ĐÔNG 142

VẠT NẮNG CHIỀU THU 144

Ở MỘT NƠI ẤY 146

ĐÔI TA 148

VẾT CHÂN CỦA CHÚA 150

THÔI TA VỀ 152

TIẾNG HÁT RU CON 154

KHUNG TRƯỜNG TỈNH GIẤC 156

XUÂN VỀ 158

MÙA THU ĐÃ TỚI 160

EM MANG MÙA XUÂN 162

TUỔI THƠ TÔI HÀ-NỘI 164

HOA VÔNG VANG 167

CHIỀU BƠ VƠ 168

NỤ HÔN SIM TÍM 170

EM LÀ MÂY TRẮNG 174

TUỔI TEEN 176

TÌNH VUI 178

TÌNH TÔI 180

ĐÔI MẮT EM BUỒN 182

MÙA THU TÓC MÂY 184

THÔI THÌ 186

ĐƯỜNG CHIỀU 188

CHIỀU TÀN 190

CÓ NHỮNG TIẾNG HÁT 192

TÌNH EM NHƯ TẤM LỤA ĐÀO 194

MƯA RƠI 196

NẮNG ĐÃ PHAI 200

LÁ ÚA RƠI 202

NẮNG VỪA LÊN 204

TỪNG GIỌT MƯA BAY 206

DÒNG SÔNG VĨNH BIỆT 208

ĐÊM VỀ 210

CHIỀU ĐÔNG TRONG THÁNH ĐƯỜNG BUỒN .. 212

BẢN TÌNH CA CUỐI CÙNG 214

ĐÀNH NÓI LỜI CÁCH XA 216

ANH BIẾT KHÔNG ANH? 218

ANH ĐÃ ĐI XA 220

THẢ 222

DÒNG SÔNG TĨNH LẶNG 224

CHỐN ĐI VỀ 226

PHỤ LỤC: TẢN MẠN VỀ NHỮNG TÌNH KHÚC
DƯƠNG ĐÌNH HƯNG 228

Dưới hàng youtube là Qcode, các bạn dùng cellphone, chụp Qcode này và bấm vào đó nghe nhạc

LỜI GIỚI THIỆU

Trong năm 2023, tôi tình cờ nghe được nhạc phẩm "Một đời thương nhớ", thơ Dương Đình Hưng, phổ nhạc Phạm Tuân. Từ tiếng réo rắt mandolin ban đầu và xuyên suốt bài nhạc, tôi cảm nhận được những chữ đầu tiên "Yêu", "Em", "Thương", v.v... của đoạn thơ là một định nghĩa, là một cảm nhận sâu lắng, là một phác họa man mác, dẫu chỉ qua một "màu mây trắng", một "cánh én bay".

Yêu,

màu mây trắng bay ngang qua trời

lòng lưu luyến cánh én bay

Rồi một nhớ thương về dĩ vãng của "một làn tóc xõa",

Ta,

từng tha thiết theo sau một người

một người đôi mắt nhớ ai,

một làn tóc xõa thoáng mưa bay

Ôi, những yêu thương của tình yêu, bao la quá và lãng mạn quá:

Thương,

là cho hết con tim tin yêu một đời

yêu là theo đến sông sâu núi cao

Nhưng, có cuộc tình nào mà không có chia ly, "thôi" từ đây …

Thôi,

từ đây sẽ xa xôi một người

từng mùa thu chiếc lá bay

Em,

là cơn gió thương yêu tuyệt vời,

là ngày xuân mang nắng mai,

là tình yêu say đắm trao nhau

Em,

đừng xa nhé tang thương dòng đời,

đừng mang đến những đắng cay,

đừng quên bao năm tháng vui,

một đời thương nhớ trong tôi.

https://t-van.net/duong-dinh-hung-mot-doi-thuong-nho-pham-tuan-pho-nhac/

Nếu tách riêng bản nhạc ra, chỉ đọc lời thơ thôi, chúng ta cũng có thể mường tượng ra được một *"màu mây trắng bay ngang qua trời"* cùng tâm sự của một *"lòng lưu luyến cánh én bay"*, những cảm xúc chân thật, không màu mè, giả tạo, làm dáng. Thật vậy, trong "Tuyển Tập Thơ Dương Đình Hưng", bạn sẽ thấy nhiều những chi tiết tưởng nhỏ nhặt, nhưng đôi khi làm rung động trái tim người đọc, tỷ như đôi môi của người yêu:

Môi em trái ngọt trên đồi

Màu sim tím cả hồn tôi dại khờ

Môi em nho nhỏ xinh xinh

Miệng cười chúm chím cong cong mơ màng

Môi em duyên thắm trên đồi

Tình tôi đã nở trên đồi hoa sim.

Như đã có lần ông Dương Đình Hưng trò chuyện với tôi, ông luôn luôn soạn bài thơ trọn vẹn trước khi phổ thành nhạc, bởi vậy chúng ta sẽ bắt gặp nhiều câu lục bát rất dễ thương, sau này đã được chính ông hoặc các nhạc sĩ khác phổ thành nhạc:

Biết nàng từ thủa mười hai,

nàng như công chúa đền đài ngày xưa!

tôi đi quên cả nắng mưa,

mơ làm phò mã để đưa nàng về!

Ngoài những bài thơ tình rất mực yêu thương, hay những cuộc chia ly, những tiếc thương ngày cũ, hoặc tả cảnh thiên nhiên bốn mùa, độc giả sẽ nhận thấy trong thơ Dương Đình Hưng có một biến chuyển tâm linh, tuy nho nhỏ lúc đầu, nhưng khá đậm nét càng về những bài ông sáng tác gần đây. Khởi đi là một thiện ý *"ngày vui sẽ đến, khi hạnh phúc đến từ yêu thương"* trong bài *"Thiên đường vẫn ở nơi đây"*:

Thiên đường vẫn ở nơi đây!

khi yêu thương biết cho đi mỗi ngày

khi hạnh phúc không do những gì đã có

nhưng những gì nho nhỏ trao tay

Rồi đến những bài như "Nếu ngày mai không bao giờ đến", "Thế à! Thế à!", hoặc một thái độ "Thiền" trong bài "Dòng sông tĩnh lặng", khi ông khẳng định là phải buông bỏ tất cả:

Có, có một dòng sông một dòng sông tĩnh lặng

Luôn có nơi đây, ở ngay lúc này, ở ngay nơi này

Có, có một dòng sông, một dòng sông tĩnh lặng

Nhưng cũng có một dòng đời, lúc đau đớn, lúc sướng vui

Nhân duyên đã đến, đến tìm về ánh sáng

Là nơi con tim là chốn an bình.

Cuối cùng là một thái độ, một phong cách sống như trong bài "Chốn đi về":

Tới một ngày rồi cũng tới bờ bên kia

Chẳng còn tiếng chê cười

Tới bóng hoàng hôn, rồi cũng tới phút chia tay

Xin nở một nụ cười

Tới tiết mùa Đông rồi cũng tới

Chốn biên cương của sự sống muôn đời.

Thôi bạn nhé, hãy bình yên về bên ấy

Chốn phù du chẳng luyến tiếc làm chi

Buông cho hết, cũng buông cho hết

Cho ngày về thanh thản lúc ra đi.

Ngoài những bài thơ Dương Đình Hưng, người đọc sẽ được xem một số bức tranh lấy từ quyển sưu tập riêng của gia đình ông Dương Đình Tuân, là chú ruột của thi sĩ. Xin cám ơn gia đình ông Tuân thật nhiều đã không ngần ngại gửi tặng những bức họa đẹp thâm trầm, kín đáo và rất riêng tư của ông Tuân.

Trân trọng,

Hiệp Dương

Little Saigon, tháng 10 năm 2023

Tranh: Dương Đình Tuân

THUỞ BAN ĐẦU

Nắng vờn theo gót chân êm,
tiếng giầy rộn rã gió len tóc thề
em đi khuấy động trưa hè,
tôi về tơ tưởng bỏ bê học hành

Những chiều phố Huế ướt mưa
đường xa mấy dặm cũng đưa em về
sợ rằng mưa ướt tóc thề,
về nhà bố mẹ lại chê anh nghèo

Nắng vờn mây cũng vờn theo
thênh thang Vĩ Dạ những chiều nên thơ!
trên đồi Vọng Cảnh ngồi chờ,
cổng trường Đồng Khánh hàng giờ ngóng ai!

Biết nàng từ thủa mười hai,
nàng như công chúa đền đài ngày xưa!
tôi đi quên cả nắng mưa,
mơ làm phò mã để đưa nàng về!

https://www.youtube.com/watch?v=DsaLsFFznUE

CON MÈO BÉ NHỎ

Anh cưới em về, người yêu nhỏ bé,

anh thích anh mê lúc em thỏ thẻ,

như con mèo nhỏ chân còn bỡ ngỡ,

đôi mắt hạt huyền, cười thật có duyên!

Anh cưới em về, người yêu nhỏ bé,

anh thích anh mê, lúc em thỏ thẻ,

như con mèo nhỏ suốt ngày lí lắc

hay dỗi hay hờn xíu thôi cũng buồn!

Ngày ngày cắp sách, hai buổi đến trường

bạn bè thóc mách, trêu ghẹo em luôn,

tuổi em đang lớn, má đỏ môi hường,

anh phải đưa đón, kẻo có đứa thương!

Anh cưới em về người yêu nhỏ bé,

anh thích anh mê, lúc em thỏ thẻ,

con mèo bé nhỏ, con mèo xinh xinh

con mèo ngoan đó của anh của anh!

https://www.youtube.com/watch?v=WYb0W2QWEXs

EM QUA CHỐN NÀY

Em qua chốn này,

lá vàng nhuộm đỏ, mùa thu trên cây

nghe thầm hơi gió nhịp bước chân êm

nghe lòng tôi đó rộn gót chân em!

Em qua chốn này

cúc vàng chậm nở, mùa thu không hay

mối tình năm cũ theo gió thu bay,

mối tình xưa đó với trong tầm tay,

Rồi mùa thu qua sớm, một sớm mùa thu!

rồi tình xuân đã chín bước chân vào yêu!

Em qua chốn này,

nhớ hoài ngày nhỏ, tình như trăng sao,

dáng kiều lơi lả vạt áo bay cao

đêm về rộn rã, lòng thấy xôn xao!

Em qua chốn này

lá vàng nhuộm đỏ, trời thu heo may,

ôi làn tóc xoã thuở đó tung bay,

 tóc giờ sương khói với xa tầm tay,

rồi mùa thu qua sớm, một sớm mùa thu

https://www.youtube.com/watch?v=EfHdwHWQObQ

PHỐ XƯA

Chiếc lá thu vàng đã rơi
tôi nhìn tôi thấy đời tôi,

Đưa em về phố xưa,
mang mang một chiều mưa
gió bay tà áo trắng,
lá rơi đầy lối qua,
rồi mùa xuân qua tới,
em đứng dựa tường hoa,
nụ hoa đào mới nở,
bướm vàng bay ngẩn ngơ

Đưa em vào nắng hạ,
phượng vĩ đỏ sân trường,
tình yêu nghe rộn rã,
như sóng gọi trùng dương,

Em có nghe căm căm,

cơn gió lạnh mùa đông,

em có nghe thì thầm,

tình theo gió lông bông,

Chiếc lá thu vàng đã rơi,

tôi nhìn tôi thấy đời tôi,

tôi nhìn tôi thấy đời trôi.

https://www.youtube.com/watch?v=l3sg2FiuQcA

BẾN XUÂN THUỞ NÀO

Nắng hồng lãng đãng chiều đông,
hành lang bệnh viện mênh mông u buồn!
người về hay sẽ đi luôn,
có còn tiếc nuối bến xuân thủa nào?

Tháng ngày sao chẳng vụt mau,
để ai mòn mỏi đớn đau bệnh nghèo!
dòng sông đưa đẩy cánh bèo,
bến nào gian khổ, bến nào bình an?

Người nằm đấy, ôm mối giận hờn,
hỏi vì sao đời mãi cô đơn
ngày mai sẽ lánh cõi trần
sao còn oán trách giận hờn làm chi

Nắng hồng lãng đãng ngoài kia,
chiều trong bệnh viện lê thê u buồn,
rồi đây người sẽ đi luôn,
ai còn tiếc nuối bến xuân những ngày!

Tranh: Dương Đình Tuân

Mai này nếu phải là đây

xin cho được sống phút này bên em ,

nắng chiều chậm rãi ngoài hiên

anh đi thanh thản về bên kia đời

https://www.youtube.com/watch?v=lnG2tD9Rp6M

EM CỨ YÊU MỘT LẦN ĐI

Em cứ yêu, yêu một lần đi!

yêu một lần đi cho biết hương đời,

yêu một lần thôi, yêu đi,

yêu cho má hồng tươi

Em cứ yêu, yêu một lần đi!

yêu một lần đi cho thắm xuân đời,

yêu một lần thôi, yêu đi,

cho đời rộn rã tiếng cười

Vào cung điện tình yêu,

dệt ân tình niên thiếu,

tình yêu như gió muôn chiều!

tình tan vào sương khói,

người vui niềm vui mới,

em hỡi, yêu thử một lần thôi!

Em cứ yêu, yêu một lần đi,

cho dù mai đây ta sẽ chia lìa,

yêu một lần thôi yêu đi,

yêu cho thắm tình si!

Em cứ yêu, yêu một lần thôi,

yêu một lần thôi trong phút huy hoàng

cho dù thời gian ly tan,

kỷ niệm còn mãi không tàn!

https://www.youtube.com/watch?v=L-LQ60YWCMc

https://www.youtube.com/watch?v=Cb1PGwqu4GA

NHỎ VĂN KHOA

Ngày xưa Nhỏ học Văn khoa
ta dân Sư phạm ghé qua học nhờ,
những giờ bình giảng văn thơ,
ta yêu lục bát nên mơ Nhỏ à

Những chiều chợt nắng chợt mưa
bâng khuâng tự hỏi yêu chưa mà buồn!
sớm mai áo trắng đến trường,
nắng loang bóng lá góc đường Duy Tân!
nhớ ai đứng đợi ngoài sân,
dù không học Luật âm thầm nghe cua!

Tranh: Dương Đình Tuân

Bây giờ Nhỏ bỏ Văn khoa,

còn ai đâu nữa để Ta sang tìm!

những lời lục bát trữ tình,

Nhỏ đâu còn thuộc để mình nhớ ta!

đổi trường theo Nhỏ Văn khoa,

mưa không nhẹ hạt, đường xa còn dài.

https://www.youtube.com/watch?v=j1mS0WjccuE

BẢN TÌNH CA LUÂN VŨ

Dìu em đêm nay dìu em trong tay,
ôm em trong tiếng nhạc cuồng say,
nhạc tình réo rắt, sàn quay lả lướt,
quay quay, yêu bước em lúc này,

Gần nhau đêm nay quàng tay qua vai,
yêu nhau, dâng hiến trong cuồng say,

Nhạc tình tiếp nối, nụ hôn đắm đuối,
mình quay, trái đất cũng quay quay,

Quay quay, nhạc luân-vũ quay quay,
đều đều, nhịp bước chân đều đều,
đưa nhau vào mộng,
đưa nhau vào mộng,
quay quay ghi dấu phút xum vầy

Quay quay, lả lướt chân quay,
đều đều, nhịp bước chân đều đều,
đưa nhau vào mộng,
đưa nhau vào mộng,

Quay quay, xoắn xuýt nhạc cuồng quay,

dìu nhau đêm nay,

dìu nhau trong tay,

ôm nhau trong tiếng nhạc cuồng say,

nhạc tình réo rắt,

nhịp chân lả lướt,

quay quay ghi dấu phút vui này

Rồi đây chia tay,

ngày mai xa đây,

trao nhau lần cuối nụ hôn say

miệng cười tươi thắm,

tình ta say đắm,

điệu Valse vẫn lướt theo vòng quay.

https://www.youtube.com/watch?v=BDnFEGQCoio

CHỐN NÀY EM QUA

Chốn này em qua,

mưa bỗng chan hoà!

tình theo mưa gió,

lòng thấy mộng mơ!

Chốn này em qua,

một chiều nắng tà,

lòng theo tóc xoã,

tình theo gió mưa

Em qua vào một chiều

nắng vàng thu hiu hiu

lá vàng rơi ngập lối

thuyền lạc bến tình yêu

Em qua vào một chiều,

nắng vàng thu xiêu xiêu

lạy trời cho mưa hết,

cho tình thắm màu yêu

Chốn này em qua,

mưa ướt chan hoà,

tình theo xe cưới,

về những bến xa!

Chốn này em qua,

trời vẫn nhạt nhoà,

còn đâu tóc ướt,

còn đâu mơ hoa!

https://www.youtube.com/watch?v=ZctH5Dk7Vnc

ÁO TRẮNG THÔI BAY

Có phải chiều nay áo trắng bay?
hay là khói tỏa mắt anh cay?
trên tà áo lụa hồn nhung nhớ
một dáng kiều thơm thuở đắm say

Bao giờ trở lại xứ Huế xưa
mỗi cánh thư xanh mỗi đợi mong
sân trường Đồng Khánh đầy hoa bướm
biết gửi cho ai những giấc mơ?

Em ơi! Buổi đó mình dan díu
tình như bay bổng theo mây bay
mặc cho cha mẹ buồn ngăn cấm
em đã cho anh tuổi thơ ngây

Nắng trưa Vĩ Dạ em còn nhớ?
rừng vắng Thiên An tiếng thông reo?
quên cả thời gian chìm trong mộng
hai đứa yêu nhau chẳng sợ nghèo!

Một sớm khăn tang phủ kinh thành,
em đi xa lắm để lại anh
những trang kỷ niệm thời xuân thắm
một vết thương lòng nấm mộ xanh!

Có phải chiều nay áo trắng bay?
hay là khói toả mắt anh cay?
trên tà áo lụa hồn nhung nhớ
một dáng kiều thơm thuở đắm say

https://www.youtube.com/watch?v=UOdLwxX_mB4

GẦN BÊN EM

Gần bên em
chỉ gần bên em giây phút này
chỉ gần bên em quên đi ngày qua,
đừng nhắc đến, quên đi ngày mai đừng nói đến ...

Gần bên em
chỉ gần bên em có giây phút này là thần tiên nhất
không gian, thời gian không còn mất
hạnh phúc lúc này ở bên nhau ...

Gần bên em, Xin đừng xa em,
gần bên anh, xin đừng xa anh,
gần bên nhau! xin đừng xa nhau
gần bên nhau, xin đừng rời nhau ...

Gần bên em, xin đừng xa em,

gần bên anh, xin đừng xa anh,

gần bên nhau xin đừng xa nhau

gần bên nhau, xin đừng rời nhau

Gần bên em

chỉ gần bên em giây phút này

chỉ gần bên em quên đi ngày qua đừng nhắc đến,

quên đi ngày mai đừng nói đến ...

Gần bên em

chỉ gần bên em có giây phút này

là thần tiên nhất không gian,

thời gian không còn mất

hạnh phúc lúc này ở bên em!

https://www.youtube.com/watch?v=Xj5qxriHNok

Tranh: Dương Đình Tuân

Tranh: Dương Đình Tuân

BẢN TANGO CUỐI CÙNG

Cuối cùng em đã sang sông
còn tôi ở lại nỗi lòng ngổn ngang
bản tăng gô cuối muộn màng
có người tranh mất lỡ làng ngày xanh!

Dưới đèn ánh mắt long lanh
em vui duyên mới quay nhanh nhạc tình
ngả nghiêng nghiêng ngả cười xinh
trong vòng tay lạ vội quên lời thề!

Cuối cùng em đã sang sông

còn tôi ở lại nỗi lòng ngổn ngang

bản tăng gô cuối muộn màng

có người tranh mất lỡ làng ngày xanh!

Thôi em hưởng phút say mê

tiệc vui ngày cưới người về lẻ loi

https://www.youtube.com/watch?v=VdJeXR1hW6M

THẾ À! THẾ À!

Thế à!
Thế nào Thế à! ?
tình vẫn cuồng say
Đời vẫn đổi thay

Thế à Thế nào Thế sao!?
ai người muốn dứt,
ai người muốn hết khổ đau chốn này,

Thế rồi mây vẫn mây trời,
ai biết chăng người,
sông nào rẽ lối,
cuộc sống nổi trôi,

Thế rồi! Thế à! Thế nào!
đời vẫn cuồng quay!
tình vẫn đổi thay

biết đâu Tình là thương đau
biết đâu đời toàn xương máu
yêu nhau gần nhau lúc đầu,
rồi về sau ai biết về đâu đến đâu!

Thế sao! Thế rồi Thế nào!
dòng đời vẫn thế, người vẫn say mê,
tình vẫn u mê

Thế sao! Thế nào!
Thế rồi một buổi sớm mai,
tình yêu vút bay khổ đau tràn đầy!
cầu xin ai đây!
cầu xin ai đây!
người đã tỉnh ngay,
hay còn mê đắm thế gian chốn này!

Cầu xin ai đây!
cầu xin ai đây!
lòng nghe xa vắng
kinh Thiền trầm lắng hư không!

Đời cứ thế trôi,
tình cũng thế thôi!
vui buồn theo nước,
nước cuốn qua cầu!
Thế à! Thế à!

https://www.youtube.com/watch?v=cKBSx1NZmgo

TÌNH LÀ GIẤC MƠ

Tình là giấc mơ, người yêu thiết tha,

tình yêu mặn mà..

Em đã bỏ ta Em rời bỏ ta

Em đi rồi.. đi mất rồi!!

Đâu còn nắng ấm trên mất môi,

đâu còn tiếng hát trong tim vui,

từ biệt em thôi, nước mắt tràn mi!..

Tình là giấc mơ người yêu thiết tha,

tình yêu nồng nàn!..

Em đã bỏ ta, em rời bỏ ta

em đi rồi..đi mất rồi!!

đâu còn yếm thắm trên lưng đồi,

đâu còn gió mát trong hương môi

đành rời xa em, từ biệt em thôi!!

Còn đâu giấc mơ đời vui thiết tha
nắng ấm chan hoà..
yêu giấc mơ hoa hương thơm bờ môi
xôn xao tiếng cười..

Tình là giấc mơ, tình là ước mơ
tha thiết yêu đời,
em bỏ ta đi em rời xa ta,
ta tiếc khôn nguôi!!

Tình là giấc mơ người yêu thiết tha
tình yêu nồng nàn,
em đã bỏ ta em rời bỏ ta
em đi rồi đi mất rồi!

https://www.youtube.com/watch?v=tvS2YiYN3Ys

DẤU CHÂN TRÊN CÁT

Tôi đi những bước chân êm
dấu in trên cát như đời mình qua
lúc vui sóng vỗ dạt dào
vết chân rộn rã lao xao nắng hè

Tôi đi những bước chân êm
dấu in trên cát như đời mình qua
khi buồn ước hẹn trăng sao
bước chân than thở đi vào hoàng hôn

Tôi đi những bước chân êm

dấu in trên cát như đời mình qua

nắng chiều chậm rãi theo chân

một mình lẻ bóng nghĩ thân phận mình

https://www.youtube.com/watch?v=YajIe5LNHlo

TÌNH MAN DẠI

Em là loài cỏ hoang,

tôi là cơn gió lạ

quấn quýt nhau bàng hoàng

trong một chiều mưa trút

Mặc trời đất hỗn mang,

mặc cuộc đời giông tố

mặc gặp gỡ muộn màng

vượt qua ngàn khuôn thước

không chấp nhận dở dang

có nương theo cơn gió

đi vào cõi hồn hoang

https://www.youtube.com/watch?v=pRzi9_63B68

TÌNH MẤT

Em đi lấy nửa hồn tôi

nửa hồn tôi lại sống đời bơ vơ

đêm ngày ra ngẩn vào ngơ

thẩn thờ thơ thẩn như mơ như màng

Trông mây tưởng thấy bóng nàng

nghe mình là gió lang thang đi tìm

tìm em như thể tìm chim

chim bay hướng núi đi tìm hướng sông

https://www.youtube.com/watch?v=JV4oZpYeEV8

TRẢ LẠI EM

Trả lại em nụ hôn cuối cùng

con tim gian dối xin đừng dối gian

trả lại em mối tình thơ ngây

ngày mai xe hoa đón chờ em đi!

Em ơi! Em ơi! Uổng ta đã nhớ,

Em ơi! Em ơi! Uổng ta đã đợi

Em ơi! Em ơi! Uổng ta đã trông

Em ơi! Em ơi! Uổng ta đợi mong

Trăm đêm ngàn đêm trong mộng

trong ngày hình bóng em yêu trên sân trường cũ

Em ơi! Em ơi! Nụ hôn cuối cùng

cho em mật ngọt mà lòng đớn đau!

trả lại em nụ hôn cuối cùng

con tim gian dối xin đừng dối gian

trả lại em mối tình thơ ngây

ngày mai xe hoa đón chờ em đi!

ngày mai lấy chồng, em nhớ không em?

ngày mai lấy chồng Em tiếc không em?

https://www.youtube.com/watch?v=2a2nRtHVFDw

VỀ HUẾ

Về đi! Về Huế năm xưa

nhìn thành phố cũ nghe mưa đổ dồn

về đi! ngày tháng thân thương

tìm trong đáy mắt sông Hương êm đềm

về đi! nối lại cuộc tình

người Em Đồng Khánh cho mình mộng mơ

về đi! Vĩ Dạ vườn thơ

lòng anh đã ngỏ cung tơ gợi sầu

về đi! Bên Phú Văn Lâu

ai ngồi ai đợi mặc màu thời gian

về đi! bên Phú Văn Lâu

ai ngồi ai đợi mặc màu thời gian!

https://www.youtube.com/watch?v=nI7coOXskbc

CHỜ ĐÓN EM

Rồi mùa xuân sẽ đến
đôi ta cùng ước mơ
rồi tình yêu đón chờ
cùng lắng nghe, ta cùng lắng nghe

Rồi niềm vui tung cánh
có anh chờ đón em
trên cánh đồng xanh
anh yêu em dưới ánh trăng vàng
trên đồi núi xanh trên đồi núi xanh
anh yêu em trong nắng mùa xuân
cho má em hồng

Rồi mùa xuân không tới
ước mơ bỗng xa mờ
rồi tình yêu vắng xa
còn đâu nắng xuân, nắng mùa xuân

Rồi mùa xuân không tới
còn đâu má em hồng
cho anh chờ đón em

NGÀN LAU

Ngàn lau, ngàn lau, ngàn lau
rì rào trong gió thì thầm trong gió
tình nhớ dâng cao..
ngàn lau, ngàn lau, ngàn lau
tình nhớ dạt dào ở chốn ban đầu
bóng chiều nghiêng ngả..

Tìm em, tìm em ở đâu?
tìm em trong gió, tìm em trong gió
hay giữa ngàn lau?
người đâu, người đâu, về đâu?
thương em ngày nào đôi mắt huyền mơ
lạc giữa ngàn lau..

Nắng có còn vương trong mắt nâu

xin cho anh bên người yêu dấu

nước ngừng trôi mây ngừng bay,

gió đừng lay riêng một mối sầu

Ngàn lau, ngàn lau, ngàn lau

rì rào trong gió, thì thầm trong gió

tình nhớ dâng cao

ngàn lau, ngàn lau, ngàn lau

Tình nhớ dạt dào ở chốn ban đầu

hay giữa ngàn lau?

https://www.youtube.com/watch?v=8bpZNVzo3As

HẠT CÁT NHỎ NHOI

Có gì đâu, có gì đâu,

chỉ như hạt cát trôi qua bến sầu

có gì đâu, có gì đâu

chỉ như ngọn cỏ nhuốm màu thời gian

Tranh: Dương Đình Tuân

Có gì đâu ánh trăng vàng

chỉ như mộng ảo khi tàn giấc mơ

có gì đâu phút say sưa

men say chỉ để cho qua đêm sầu

Hạt cát, hạt cát, nhỏ nhoi trong đời

về đi về đi, về với biển khơi

có gì đâu mà có gì đâu,

biển vẫn thanh bình, đời hết trầm luân

Có gì đâu, có gì đâu,

chỉ như cơn gió bay qua biển sầu

có gì đâu, có gì đâu!

chỉ có nước mắt nhuộm mầu đau thương

có gì đâu, chẳng có gì đâu!

chỉ vì mộng tưởng luân hồi khó ra!

HỒNG NHAN TRI KỶ

Hồng nhan ơi! Hồng nhan ơi!
ơi hỡi hồng nhan!
biết cùng ai, biết cùng ai
cùng chung chén rượu xoá vơi nét sầu?

Biết cùng ai, nào biết cùng ai
cho người vẽ mắt cho hồng đôi môi?
hồng nhan ơi! Hồng nhan ơi!
ơi người mắt biếc! Hỡi người hồng nhan!
hỡi người mắt biếc yêu nhau ngàn đời!

Trăm năm tìm mãi trăm năm,
tìm người tri kỷ hồng nhan đa tình
biết tìm đâu trong cõi trần?
tìm trong giấc mộng, tìm ngoài chân mây

biết tìm đâu, nào biết tìm đâu?

tìm trong chén rượu một đời cô đơn

hồng nhan ơi hồng nhan ơi!

ơi hỡi hồng nhan!

Tranh: Dương Đình Tuân

NGÀY ẤY

Ngày ấy khi đôi ta hẹn hò

ngày ấy không còn nắng bên hồ

mắt nhung ngàn sao sáng lung linh

cầu cho đến mai sau ta cùng chung lối

Ngày ấy khi thu sang ngoài trời

tình thắm sao lại mất theo người

mối duyên tình như thấy thu phai

lời nguyện ước xa xôi

tình buồn chết trong tôi

em ơi, sao dấn bước ra đi?

em ơi, sao nỡ quên tình tôi?

Rồi đây còn luyến tiếc cho tình yêu

tình đời có ai không buồn đau

đời rồi đời mãi mãi thương đau

tình rồi mình mãi không còn nhau

Ngày qua ngày vắng bóng không tình yêu

ngày ngày ngóng trông em một đời

lệ ướt lòng còn luyến tiếc

tình yêu thắm thiết nhớ ai tìm ai giờ

Ngày đó một đời cho nhau

một đêm mãi mãi có ai mong ai chờ

lệ đắng nào ai có biết nào ai có thấy

số kiếp thôi đành đắng cay

nhớ ai buồn vẫn mong chờ

vẫn u sầu kiếp nào có gặp nhau?

CHUYỆN TÌNH XƯA

Chuyện tình xưa sao tê tái đến giờ
chờ gió đông tàn chẳng thấy xuân sang
người tình xưa nay chưa thấy quay về
lòng nhớ khôn cùng lặng chết trong hồn

Ngày nào ta vui sống bên nhau
vui hát ca vang mộng ngày sau
ngày xưa người như đã cho tôi
một giấc mơ hoa trong đời vui

Giờ đây em theo bước ra đi
không biết sang ngang hay về đâu
chốn giang đầu sương khói u buồn
có ai chờ mong?

Thu nhớ nhung nhớ nhung nhớ nhung
nhớ nhung trông mong hình bóng em qua
gió lá rơi lá rơi vấn vương vấn vương
nào ai biết có em không?

Rồi đây nghe như ai hát ai cười
vì vắng em rồi lệ dấu đâu đây
một cuộc tình xưa thôi hết thôi rồi
buồn vắng bóng người có ai chờ đâu!

Thôi xa xôi ngày xưa đó trong đời,
thôi biết ai tìm ai nữa có chờ nhau?
tôi vẫn nghe sao cay đắng trong tâm hồn
tình yêu đã xa xôi không biết đâu tìm, đành thôi

Chuyện tình ngày xưa đang chết trong lòng,
đành mất em rồi lệ đắng trên môi,
dù thời gian nay xa cách xa rồi,
thì xin em chờ thương ai người ơi!

https://www.youtube.com/watch?v=Synvs0t3s58

DÁNG XƯA YÊU KIỀU

Mơ dáng xưa Em đã yêu kiều

nhìn bao đắm say tình theo tóc mây

ai, ai nhớ ai trong suốt đời

một ngày không thấy đời đã thương đau

Yêu, nên nhớ ai biết bao ngày

như lắng nghe tiếng tơ chùng

như khóc than mối tơ lòng

Xa, biết xa đau đớn thật nhiều

người yêu dấu ơi! Nay xa cách mãi

Tình, rồi đây nhớ hoài

một lần đau đớn một lần tang thương

Khi trong lòng ta thương

bao ngày mong chờ bao lần ngóng tìm

thôi quay về đi em vui cùng xuân thì

ngày xuân chóng qua đi

Yêu, biết bao năm đã đi tìm

một ngày thắm tươi mơ lối duyên may

tìm về nơi ấy trong đời

tìm về người xưa, một lần thương nhau.

https://www.youtube.com/watch?v=wmo904s594E

MỘT ĐỜI THƯƠNG NHỚ

Yêu,
màu mây trắng bay ngang qua trời
lòng lưu luyến cánh én bay

Ta, từng tha thiết theo sau một người
một người đôi mắt nhớ ai,
một làn tóc xoã thoáng mưa bay

Em,
mang tiếng hát vui tươi cho đời
một tình yêu như bóng cây
một làn hương thơm ngất ngây
một đời vui với thương yêu

Yêu,
dù cay đắng đi theo ngày vui
em là nhung nhớ nhớ nhung ngày ấy

Thương,
là cho hết con tim tin yêu một đời
yêu là theo đến sông sâu núi cao

Thôi,
từ đây sẽ xa xôi một người
từng mùa thu chiếc lá bay

Em, là cơn gió thương yêu tuyệt vời,
là ngày xuân mang nắng mai,
là tình yêu say đắm trao nhau

Em,
đừng xa nhé tang thương dòng đời,
đừng mang đến những đắng cay,
đừng quên bao năm tháng vui,
một đời thương nhớ trong tôi.

https://www.youtube.com/watch?v=AN8hzBNLyHU

Một đời thương nhớ

Nhạc: Phạm Tuân
Lời: Dương Đình Hưng

Yêu mẩu mây trắng bay ngang qua trời. lòng lưu luyến cánh én bay. Ta từng tha thiết theo sau một người. Một người đời mắt nhớ ai, một làn tóc xoã thoáng mưa bay. Em mang tiếng hát vui tươi cho đời. Một tình yêu như bóng cây. Một làn hương thơm ngất ngây. Một đời vui với thương yêu. Yêu dù cay đắng đi theo ngày vui. Em là nhung nhớ nhớ nhung ngày ấy. Thương là cho hết con tim tin yêu một đời. Yêu là theo đến sông sâu núi

Một đời thương nhớ

cao.   Thôi từ đây sẽ xa xôi một người.   Từng mùa thu chiếc

lá bay.   Em   là cơn gió thương yêu tuyệt vời,   là ngày xuân mang nắng

mai,   là tình yêu say đắm trao nhau.   Em, đừng xa nhé tang thương dòng

đời,   đừng mang đến những đắng   cay,   đừng quên bao năm tháng

vui,   một đời thương nhớ trong tôi.

BÓNG THU XƯA

Gió chiều thu, gió nhẹ lơi,
bên em nơi ấy có rơi lá vàng
lá rơi rơi! lá thu vàng
rơi bao nhiêu lá cho vàng nhớ nhung

Một mai lá rụng đầy sân
làm sao quét sạch nỗi nhung nhớ này
một mai tình vẫn xa bay
chiều thu mòn mỏi vòng tay đợi chờ

Một mai khi lá thu tàn
chỉ còn một chiếc trên cành lẻ loi
đời tôi vẫn chỉ mình tôi
giờ đây tiếc nuối chiều xưa thu vàng

Trách người đi! trách mà chi

xa xôi nơi ấy có khi nhớ về

lúc thu sang, lúc thu tàn

cô đơn chiếc bóng thu vàng lối xưa

cầu xin chiếc lá đừng rơi!

cho tôi gặp lại một người tôi thương!

https://www.youtube.com/watch?v=IpOLJpmaWco

NGÀY VU QUY

Ngày vu quy lá úa vàng

ngày ra đi gió u buồn

nào ai biết tình em dở dang

trời thu sang trời thu sang

ngày chia ly duyên lỡ làng

Giờ chia ly không có chàng

nỗi đau này cùng ai thở than

trời thu sang trời thu sang

ngày xưa ấy em có chàng

cùng bên nhau trên chuyến đò ngang

ta trao nhau nụ hôn đầu tiên vội vàng

Ngày xưa ấy em có chàng

đợi chờ nhau trong nắng vườn xuân

đàn chim sẻ vui đùa trên sân

hàng dâm bụt nhuộm đỏ bên tường

Ngày vu quy sao ngỡ ngàng

giờ phút cuối mắt lệ trào

nào ai biết lòng em nát tan

trời thu sang em nhớ chàng

trời thu sang, trời thu sang

em nhớ chàng, em thương nhớ chàng

https://www.youtube.com/watch?v=kHGsM8AZQI4

DÙ MAI ĐÂY

Dù mai đây tiếng hát lạc loài
dù mai đây một bóng đơn côi
trôi về nơi dĩ vãng xa xôi
thì em đã cho tôi trọn đời
một tình yêu đắm đuối cuồng say
một tình yêu da diết khôn nguôi

Rồi mai đây tiếng hát tuyệt vời
rồi mai đây ánh mắt nụ cười
đi vào nơi quá khứ không vui
vì em ơi em đã buông rơi
một trái tim nồng thắm hương đời
một trái tim chỉ biết em thôi

Tiếng hát nào đây,

tiếng hát xưa văng vẳng những chiều mưa

hồn ta lịm chết trong nhung nhớ

một thuở yêu đàn một dáng thơ

tìm đâu đây tiếng hát một thời

tìm đâu thấy ngày tháng đôi mươi

Người yêu ơi xin nhớ một ngày

một ngày nào mình đã yêu nhau

như đôi chim hạc bay cao vút

lơ lửng từng mây đến bến mơ

https://www.youtube.com/watch?v=quHTSl-s9Ew

Tranh: Dương Đình Tuân

Tranh: Dương Đình Tuân

NẾU NGÀY MAI

Nếu ngày mai không bao giờ tới
thì em ơi! hãy nối vòng tay
cùng yêu thương trong phút giây này,
cùng yêu thương trong phút giây này

Nếu ngày mai không bao giờ tới
hãy cho anh những phút yêu đời
lời âu yếm ngọt bùi trên môi
lời âu yếm trên môi ngọt bùi

Nếu ngày mai không bao giờ tới
chỉ còn tình thương để lại cho đời
thế giới này mới còn niềm vui
thế giới này mới còn niềm vui

Nếu ngày mai không bao giờ tới

hãy lắng nghe chim hót trên cây

lời nhắn nhủ yêu nhau trọn đời

lời nhắn nhủ yêu nhau trọn đời

Nếu hôm nay là một ngày cuối

anh sẽ nhắc lại lời em yêu

mang nụ cười cho người cho đời

mang nụ cười cho người cho đời

Nếu ngày mai không bao giờ tới

nếu hôm nay là một ngày cuối,

anh sẽ ôm em chặt vòng tay

sẽ cho em biết tình yêu này

em là tất cả đời anh có

niềm hạnh phúc bao la hôm nay

https://www.youtube.com/watch?v=DZA6czoI0fs

THỜI GIAN

Có những tháng ngày qua không ai hay

Có những lá vàng rơi trong gió bay

đố ai nhặt được thời gian mất

bao người tình cũ sớm chia tay

Có những bóng hình nhạt nhoà không biết ai

có những nét ngày xưa đã mờ phai

nếu biết thời gian là như thế

yêu thật nhiều và chẳng quên ai

Sẽ nhặt từng chiếc từng chiếc lá

sẽ ép trong tim hình bóng ai

sẽ tô vào đầy muôn vẻ đẹp

chẳng sợ thời gian chóng nhạt phai

Tranh: Dương Đình Tuân

Có những tháng ngày qua không ai hay

có những tâm tình vào tuổi hai mươi

muốn thương muốn nhớ như ngày đó

bao người tình cũ chẳng quên ai

TIẾNG AI KHÓC MÙA THU

Tiếng ai hát mùa thu
tiếng ai ru điệu buồn
đời một người con gái!
thương nhớ một mùa xuân

Đếm chiếc lá mùa thu
những chiếc lá vàng úa
nuối tiếc thời đi qua
đợi chờ một kiếp hoa

Tình buồn tình vẫn nhớ
tình nhớ tình xót xa
ai khóc cho đời ta
ai lau giọt lệ nhoà

Hạnh phúc thoáng đi qua
mơ ước được những gì,
tuổi mười sáu ngây thơ,
tuổi mười tám dại khờ

tiếng ai khóc tình ta
tiếng ai ru đời ta
chiều thu tình vương vấn
nghe lòng mình bâng khuâng

Tiếng ai hát mùa thu
tiếng ai ru điệu buồn
còn đâu lời ân ái
chờ nhau một kiếp mai

Tình xa tình phôi pha,
chỉ còn ta với ta

https://www.youtube.com/watch?v=HWilDZTCCFY

VỀ VỚI KHÔNG

Ta đi về với không
qua bao mùa hoa nở
ta đi về với Mẹ
bỏ quên chốn bụi hồng

Ta đi về với Không
nắng mưa chưa từng có
ta đi về với Không
yên vui một dòng sông

Ta quay về với Không
đi vào nơi không cửa
ta soi sợi chỉ hồng
bỗng thấy một vầng trăng

Tranh: Dương Đình Tuân

Ta đi về với Không

Nước trong bóng trăng Không

Mùa xuân hoa đào nở

Cánh bèo trôi trên sông

Về đi về với Không

Về chốn vô cùng

https://www.youtube.com/watch?v=KlgfOSO67EI

TRI ÂM MỘT TIẾNG DƯƠNG CẦM

(Thơ: Nguyễn Ánh 9 và Dương Đình Hưng)

Tiếng đàn ai giữa chợ đời,

bơ vơ lạc lõng bên đời mặc ai

dù ai khóc Dù ai cười

ai say ai tỉnh ai người hiểu ai

Phím đàn nhẹ lướt chơi vơi

đưa ta vào mộng một thời xa xưa

bên thềm thánh thót giọt mưa

nghe trên phố cổ tình xưa đã về

Tiếng đàn tôi vẫn u hoài

ru em tiếng hát lạc loài cô đơn

dù ai dỗi dù ai hờn

ai mong ai nhớ ai buồn hơn ai

Nhạc sĩ Nguyễn Ánh 9

Hỡi người còn nhớ hay quên

riêng tôi vẫn mãi gọi tên người tình

phương trời xa chốn yên bình

xin em quên hết chuyện tình ngày xưa

https://www.youtube.com/watch?v=fbEcQu-1eXw

Tri Âm: Một Tiếng Dương Cầm

Thơ: Nguyễn Ánh 9 và Dương Đình Hưng
Nhạc: Nguyễn Ánh 9

Tiếng đàn ai giữa chợ đời, Bơ vơ lạc lõng bên đời mặc ai. Dù ai khóc Dù ai cười ai say ai tình ai người hiểu ai Phím đàn nhẹ lướt chơi vơi đưa ta vào mộng một thời xa xưa Bên thềm thánh thót giọt mưa nghe trên phố cổ tình xưa đã về Tiếng đàn tôi vẫn u hoài ru em tiếng hát lạc loài cô đơn Dù ai dỗi Dù ai hờn ai mong ai nhớ ai buồn hơn ai Hỡi người còn nhớ hay quên riêng tôi vẫn mãi gọi tên người tình Phương trời xa chốn yên bình xin em quên hết chuyện tình ngày xưa

Tranh: Dương Đình Tuân

BẰNG LĂNG HOA TÍM NGÀY XƯA

Cổng trời giữa đám mây cao

chung quanh đồi sắn dễ vào khó ra

đường lên biên giới không xa

lối về nam bộ lại qua ngàn trùng

Đêm mơ nửa giấc hoang đường

nửa đêm còn lại vấn vương ngàn lần

chiều hôm mây trắng bạt ngàn

ngó về quê vợ ruột gan não nùng

Ngày xưa nàng thích bằng lăng

gửi cành hoa tím cho nàng nhớ thương

ngày xưa nắng đổ trong vườn

nàng như e thẹn bên hàng bằng lăng

Những hôm không thấy bóng nàng
chỉ sợ áo tím sang ngang mất rồi
lạy trời tháng tám mưa rơi
được đem sính lễ sang nơi nhà nàng

Bây giờ cách trở muôn trùng
lâu lâu mới được một lần thăm nuôi
về bên sông cũ chiều nay
bằng lăng còn đó người đâu mà tìm

Bằng lăng em hỡi Bằng lăng
chỉ còn hoa tím giăng giăng mưa buồn
bằng lăng em hỡi bằng lăng
chỉ còn nước mắt loang loang mưa buồn

https://www.youtube.com/watch?v=YQVTY4lkPc8

NGƯỜI XƯA ẤY

Người xưa ấy, đi lấy chồng

dòng sông vắng buồn mênh mông

gió mùa đông về lạnh lùng

gió mùa đông, gió mùa đông!

Nhớ người đi, đi lấy chồng

ngày vu quy có nắng vàng

nhìn xa xăm man mác buồn

buồn mênh mông

buồn mênh mông

buồn mênh mông!

Anh sẽ chờ em trên chuyến đò ngang

em sẽ theo anh về miền cát trắng

đôi ta cùng nhau dưới ánh trăng vàng

bước chân anh, bước chân em rộn ràng

Anh sẽ chờ em dù biết bao năm

em sẽ nhìn anh đôi mắt long lanh,

đôi má ửng hồng

thương quá là thương

thương quá là thương

thương quá là thương

Người xưa ấy đi lấy chồng

dòng sông cũ buồn mênh mông,

buồn mênh mông!

anh sẽ về dòng sông cũ một mùa đông

buồn mênh mông.

https://www.youtube.com/watch?v=lCqL5MGhsYw

BIỂN CÓ BUỒN KHÔNG?

Vắng em biển có buồn không?
nhớ thương biển nhớ trong lòng
tình yêu theo từng lớp sóng
tình yêu rủ bóng hoàng hôn

Thiếu em biển vẫn chờ mong
nhớ thương biển dấu u buồn
tình yêu theo vầng trăng sáng
tình yêu thơm ngát hương đêm

Biển nhớ biển gọi tên em
người em nho nhỏ xinh xinh
biển yêu thì thầm trong sóng
nắng hè rộn rã lung linh

Với anh biển của chúng ta
cho anh mang phút thần tiên
với em biển của chúng ta
cho em cho hết tình yêu …

Vắng em biển có buồn không?
thiếu em biển vẫn mong chờ
tình yêu theo từng cơn sóng
sóng qua biển vẫn tình chung.

https://www.youtube.com/watch?v=XdkpD7ccFNM

MỘT GÓC TRỜI

Anh đi từ độ mùa thu ấy
biền biệt rừng Bắc núi tiếp mây
em về lo lắng đàn con dại.
thân gái từ nay biếng lược cài

Anh đi dạo ấy hờn sông núi
nước mất nhà tan kiếp lưu đày
sông núi u buồn sông núi ơi!
còn đâu thuở đó tiếng ai cười

Có một thời chợ trời rau cháo
có một thời dãi nắng dầm mưa
có một thời lên đèo xuống núi
có một thời lặn lội ngược xuôi

Anh đi từ biệt mùa thu ấy

là đã chia ly suốt cuộc đời

em về đâu biết khăn tang đợi

một sớm thu sang một góc trời.

https://www.youtube.com/watch?v=JPyQAuOcujQ

Tranh: Dương Đình Tuân

THÀ NHƯ KHÔNG CÓ MƯA!

Em cho anh một lần

mà có cả thiên thu

ta cho em ngàn lần

sao chỉ biết đơn côi?

thà như em ngây thơ

ta không giận bao giờ

thà như em lẳng lơ

ta vẫn luôn tôn thờ

trái tim ta ngu ngơ

trái tim ta dại khờ.

Thà như ngày xưa đó

không có buổi chiều mưa.

không ai đón em về

anh làm kẻ đón đưa

anh tình cờ một lần

được làm người tình si.

Em cho anh một lần

mà vẫn mãi thờ ơ.

anh cho em ngàn lần

sao vẫn mãi chờ mong?

thà như không có em

anh không đến tình cờ

thà như không có mưa

duyên kiếp không hững hờ.

anh yêu em ngày xưa,

anh yêu em ngày xưa,

anh yêu em bây giờ!

https://www.youtube.com/watch?v=MS52OIaVUCc

PHỐ LẠ

Chiều nay tôi qua phố lạ

nghe lòng mình là những cơn mưa

buồn trôi theo từng quán trọ

nào biết đời mình chờ những giấc mơ

Chiều nay quay về phố nhỏ

ngỡ lòng mình còn những đam mê

tình vui đã từng chắp cánh

hai chúng mình còn lắm yêu thương

Mười năm hồn tôi khép lại, nghĩa phu thê

mười năm xa cách ngóng chờ

mười năm chờ bóng em yêu

Chiều nay qua đây phố lạ

biết lòng thèm những cơn mưa

ngày xưa theo từng bước nhỏ

là biết bao giờ mình có giấc mơ

chiều nay quay về phố lạ

biết lòng mình còn những đam mê.

https://www.youtube.com/watch?v=Dx7FHF-zgvs

BÈO TRÔI

Bèo trôi rồi biết về đâu

lênh đênh bến nước nắng phai đôi bờ

cô đơn từ cõi xa xưa

một mình trên chuyến đò qua sông buồn

Khói đồng phơ phất hoàng hôn

bìm bịp thăm thẳm rặng bần xót xa

chiều nay quán lạ người thưa

nhớ ơi là nhớ ngày chưa trở về

Lục bình hoa tím bơ vơ

trên dòng sông vắng người đi xa rồi

viễn xứ buồn viễn xứ ơi!

quê hương còn đó than ơi ngàn trùng

Bèo trôi trôi mãi biển Đông

chẳng còn bìm bịp rặng bần xót xa

chỉ còn khói sóng quan hà

mênh mông biển nhớ cho qua tháng ngày.

https://www.youtube.com/watch?v=Y3yIchA5Kqk

CÓ GÌ ĐÂU

Có gì đâu một nụ hôn,
hương thơm còn đọng trong hồn tương tư.
có gì đâu chút đam mê
mà còn lưu luyến lối về thiên thai.

Hương xưa tìm mộng đâu đây,
cho Em xa cho lòng vương vấn,
cho lòng vương vấn tình yêu si mê.

Có gì đâu, có gì đâu
mà mang xao xuyến đến từng thịt da.
có gì đâu, chẳng có gì đâu,
chỉ là mơ ước tình yêu đắm say.
có gì đâu,
chỉ vì em bùa mê yêu dấu cho anh mê lầm,
bùa mê say đắm cho anh đi tìm.

https://www.youtube.com/watch?v=SxmjEvs8Zmc

Tranh: Dương Đình Tuân

NHẠC BUỒN ĐÊM MƯA

Nhạc buồn ai hát đêm mưa?

tương tư, tương tư sầu nhớ

tìm về một giấc mơ hoa,

lệ nhoà trên phím đàn xưa

Giọt buồn thánh thót bên song,

mưa rơi, mưa rơi đường vắng

lòng buồn theo tiếng mưa rơi,

anh ơi, có nhớ, đường xưa lối về.

Tiếng mưa rơi, tiếng mưa rơi,

giọt buồn theo tiếng mưa rơi.

tiếng mưa rơi, tiếng mưa rơi,

khóc tình cay đắng, khóc duyên lỡ làng.

Điệu buồn ai oán đêm mưa,

anh ơi, anh ơi sầu nhớ.

tình ta một giấc mơ hoa,

vì đâu anh hỡi? tình xưa nhạt nhoà.

https://www.youtube.com/watch?v=EP-5y4oecRg

SẦU LÊN

Nắng chiều vương vấn chân mây

bờ xa cỏ dại tháng ngày đi qua

mái chèo khua nước gần xa

thuở nào nhung nhớ bây giờ buồn tênh

Người đi người đã xa thuyền

trăng lên lạnh ngắt sóng đêm hững hờ

sầu lên tìm đến tiếng ca

không người tri kỷ giấc mơ thôi đành

Lênh đênh sóng nước lênh đênh

thuyền trôi một chiếc mênh mông đất trời

biết về đâu lúc chiều rơi

giữa đời cô quạnh giữa trời bao la

Tranh: Dương Đình Tuân

Nắng chiều gợi nhớ bến xưa

người muôn năm cũ bây giờ ở đâu?

Sầu lên chót vót tinh cầu

xa quê xa mãi có đâu ngày về

xa quê xa mãi ngày về tìm đâu?

HUẾ ĐẾN VỚI TÔI

Huế, Huế đến với tôi
là những cơn mưa
là một dòng sông mộng
có bóng trăng thề

Huế, Huế đến với tôi
là một trời thơ
bao con đường me vắng
từng phút trông mong
từng phút hẹn hò

Huế, Huế đến với tôi
là thôn Vỹ Dạ
là nắng hàng cau
có người thương yêu

Huế, Huế đến với tôi
có gió tóc bay
có người yêu dấu
mắt buồn mưa rơi

Huế, Huế những cơn mưa
trời mưa không dứt
Là những ân tình cũ
day dứt đêm thâu
những lần gặp gỡ
say đắm bên nhau
Con tim nồng cháy
không biết mờ phai

Huế, Huế bao giờ quên
một thời xa xưa
Huế, Huế trong thành nội
Huế trong giấc mơ

Vì em nhỏ nhẹ
vì em chi rứa
Tôi quên, quên hết
quên hết đường về.

https://www.youtube.com/watch?v=ZSRWE-Pch9M

CÁNH HOA DÙ

(Cảm hứng từ chuyện "Tháng ngày tao loạn"
của cựu Y-Sĩ nhẩy dù Vĩnh Chánh)

Xin hãy cho tôi trở lại ngọn đồi
bung cánh dù ngạo nghễ trên cao
xin hãy cho tôi trở lại bìa rừng
như những ngày ta chiến đấu bên nhau.

Bờ Thạch Hãn những đêm không trăng sao
mình ngồi bên nhau chia nhau điếu thuốc cuối cùng
rồi kể nhau nghe câu chuyện quê nhà
nơi có mẹ già mòn mỏi tin con

Và nhớ bao ánh hoả châu thắp sáng
giữa rừng sâu núi non thăm thẳm
và nhớ trên cổ thành giữa lớp lớp sóng gào
cánh hoa dù vẫn ngạo nghễ trên cao.

Xin hãy cho tôi một lần đứng chào

những người bạn đã nằm xuống nơi xưa

xin hãy cho tôi một lần trở lại

bung cánh dù ngạo nghễ năm xưa.

https://www.youtube.com/watch?v=0TlQiarvnEc

https://www.youtube.com/watch?v=XKLvDFFVkfA

THIÊN ĐƯỜNG VẪN Ở NƠI ĐÂY!

Vui cứ đến, từng niềm vui nho nhỏ

vài cánh hoa tím đỏ ven hồ

vui cứ đến bao giờ chẳng rõ

con suối rừng êm ả bóng trăng khuya

Vui cứ đến khi lòng sẵn sàng

bao yêu thương cho đi chẳng đắn đo

vui cứ đến khi em bé nhỏ

sáng nụ cười như chẳng biết âu lo

Thiên đường vẫn ở nơi đây!

khi yêu thương biết cho đi mỗi ngày

khi hạnh phúc không do những gì đã có

nhưng những gì nho nhỏ trao tay

thiên đường vẫn ở nơi đây

khi tình yêu dâng hiến đời ta

khi hạnh phúc đến từ nước mắt

như ngàn đóa hoa nở giữa mùa xuân.

Vui cứ đến, ngày vui sẽ đến

khi hạnh phúc đến từ yêu thương.

https://www.youtube.com/watch?v=eTnt6Rg-jzw

Tranh: Dương Đình Tuân

Tranh: Dương Đình Tuân

MÙA XUÂN VỪA TỚI!

Khi mùa xuân tới
ngàn cánh hoa tươi
say đắm bao người

Muôn loài riu rít
vạt nắng chơi vơi,
tình bỗng dạt dào

Con đường xuân ấy
ngàn bướm tung bay
đùa trong nắng mới.

Mắt em say đắm
nhìn đoá hoa tươi
lòng thấy hoa cười.

Mùa xuân mùa xuân trên đỉnh non cao.
mùa xuân tình yêu rực rỡ muôn màu.
mùa xuân theo em hái nụ tầm xuân.
mùa xuân tươi mát vườn xuân thiên đàng.

Khi lòng xuân tới
lời hát tươi vui
say đắm muôn người.

Muôn ngàn hoa thắm
bừng sáng trong sương
bầy én tung trời.

Em về trong sớm
có gió hây hây
tình em vương vấn.

Tiếng ai vang lừng
từng khúc ca xuân
tình yêu chứa chan.

https://www.youtube.com/watch?v=rneBFcZ5Ye8

GIỌT NƯỚC TRÔI QUA

Giọt nước trôi qua
đôi tay hững hờ
nên tình tan vỡ.

Giọt nước phai tàn
còn ai thở than
những đêm đông tàn.

Giọt nước ly tan
theo cơn gió ngàn
đêm về ai oán.

Ai bước sang ngang
tình tôi dở dang
giọt nước vỡ tan.

Ai tiếc những chiều
thương nhớ nhung nhiều
chan chứa tình yêu.

Làn tóc mây vương
trong nắng thu vàng
gọi người gió sương.

Ai nhớ những chiều
vui sống bao ngày
trong chốn tình yêu

Thôi hết thôi rồi
bao ngày thu rơi
tan vỡ một chiều.

Giọt nước trôi qua
đôi tay hững hờ
nên tình tan vỡ.

Giọt nước đôi đàng
lòng tôi nát tan
khóc cho duyên mình.

Còn nhớ không em
khi đôi chúng mình
bao lần yêu mến.

Giọt nước trôi mau
thương mối duyên đầu
tình vẫn đớn đau.

https://www.youtube.com/watch?v=NZRHa9evMXo

HOA ĐÃ NỞ TRONG VƯỜN NHÀ TÔI

Hoa đã nở trong vườn nhà tôi
giọt sương mai long lanh nắng mới
em nhớ về mười năm hoa chờ
ngày qua đi như giọt mưa rơi

Em có nhớ trong vườn nhà tôi
ngày xuân sang sao em không tới?
hoa đã buồn chiều nay mưa hoài
tình ra đi ai sầu hơn ai?

Vườn xưa vườn xưa mỗi độ xuân về
hoa vàng rực rỡ bên bờ lau thưa
người xưa người xưa nay đâu còn nữa
hoa đã tàn người đi phương xa

Ai đã khóc trong vườn nhà tôi?

ngày xuân xưa em tôi da diết

tha thiết tìm người thương trong đời

chờ đêm xuân trong ngày tươi vui

Hoa đã nở trong vườn nhà tôi

giọt sương mai long lanh mái tóc

em đã về tìm tôi trong đời

ngày hôm nay trong ngày xuân tươi.

https://www.youtube.com/watch?v=2sdjs6FsTZw

MẶT TRỜI, EM VÀ TÔI

Mặt trời đang lên cao

lòng tôi thấy khát khao

từng câu hát xôn xao

lòng theo tiếng sóng gào

Một ngày mai tươi vui

chờ em đến bên tôi

cùng nhau hát yêu đời

Rồi say đắm một người

Mặt trời sẽ mãi trên cao

còn em sẽ đến bên tôi

cùng chung con thuyền ra khơi

cùng nghe con sóng rạt rào

Mặt trời em bên tôi
hình như em mơ say
đời tôi thấy tươi vui
Tình yêu ấy đong đầy

Mặt trời em xa tôi
dù cho có thương đau
lòng tôi vẫn thương hoài
người yêu dấu một thời.

https://www.youtube.com/watch?v=D158cCNhAlU

VÀNG RƠI TỪNG CÁNH

Đến khi nào mùa thu mới sang?
cho em đi tìm lá thu vàng
trong kỷ niệm một lần dở dang
còn đâu còn đâu hình bóng chàng?

Đến bây giờ mười năm đã qua
trong sương thu phảng phất bóng chàng
tiếng ai cười xa vắng quan san
tìm đâu tìm đâu bóng tình lang.

Lá thu rơi thu rơi vàng úa
tình thu ấy chờ đến bao giờ?
cánh chim trời một lần xa xứ
có còn nhớ tìm về chốn xưa?

Nếu khi nào mùa thu có sang

xin cho em một chút nắng vàng

nhớ cuộc tình từ nay nát tan

vàng rơi từng cánh trong chiều thu.

https://www.youtube.com/watch?v=PS2YV2VF9Fg

AI VỀ BÊN PHỐ BOLSA

Ai có về bên phố Bolsa

cho tôi thầm hỏi một người tôi mơ

mùi hương của quế, mầu xanh của ngò

nhìn tô phở nóng mà đau đớn lòng.

Bolsa đi xuống đi lên

một trăm bóng dáng chỉ thương mình nàng

Ai có về bên phố Bolsa

mười thương chưa hết ngàn thương còn chờ

một mai em lấy chồng xa

tình xưa bỏ lỡ chờ ai bây giờ?

https://www.youtube.com/watch?v=6Fi0CmksObI

Tranh: Dương Đình Tuân

MỘT THOÁNG MÙA XUÂN

Một thoáng mùa xuân trong mắt em

là cả trời xanh ngàn mây trắng

em có mơ gì tuổi mười lăm

em dáng Quỳnh Như em mắt xinh

Một thoáng tình yêu đến với anh

là cả trời thơ đầy lai láng

trong trái tim anh một tình thương

để rồi nhung nhớ một bóng Quỳnh

Em ơi, thuở đó tình lưu luyến

một dáng Quỳnh Như một dáng tiên

ngày ngày nâng niu loài hoa quý

chỉ sợ tàn phai một đoá quỳnh

Một sáng mùa xuân trong nắng mai

là mộng ngày xanh tình xuân tới

em có bao giờ đợi chờ ai

em dáng Quỳnh Như em nhớ ơi!

Một thoáng mùa xuân đến với mong

là cả tình thơ dài nhung nhớ

vui với con tim mộng tình xuân

để rồi tha thiết một đoá Quỳnh.

CHIẾC LÁ THU RƠI

Chiếc lá thu rơi ngày em lấy chồng
chiếc lá thu tàn mùa thu đi sớm
anh còn trong mộng chờ người sang ngang
anh còn vương vấn tìm em đêm nồng

Chiếc lá thu sang ngày em lấy chồng
chiếc lá bên thềm trời thu hiu hắt
nghe lòng ân hận một trời mênh mang
nghe lòng thương nhớ tình yêu xa vắng

Lá rơi lá rơi sao người đi mãi?
duyên thề thôi đành còn chờ ai đây?
ngày mai ngày mai có nắng thu vàng
anh còn tìm em dù nơi chân trời

Với nắng thu sang ngày em lấy chồng
với nắng thu vàng mùa thu đi sớm
ai người trong mộng chờ người bên sông
thương người yêu dấu lòng sao cay đắng?

Chiếc lá thu rơi ngày em lấy chồng
đếm lá thu rơi mà lòng thương tiếc
anh còn mong đợi chờ mùa thu sang
anh còn nhung nhớ chiều xưa thu vàng.

https://www.youtube.com/watch?v=_iIEUW6ENx4

MÙA ĐÔNG XA QUÊ

Ngoài trời mưa tuyết bay
trong tôi tháng ngày dài
mỏi mòn trong công việc
mùa đông đến nào hay

Quê nhà đâu không thấy
chỉ thấy tuyết mù khơi
cô đơn nơi xứ lạ
ngày nào thấy quê nhà

Tuyết rơi rơi tầm tã
tháng ngày buồn lê thê
chim xa không thấy tổ
ngày về biết về chưa?

Ngoài trời mưa tuyết bay

em ơi nhớ ngập trời

đường về xa vời vợi

nhà ai khói lên mây

Ai về nơi quê xưa

ai về nơi làng cũ

có hàng dừa xanh xanh

còn ai đứng mong chờ.

Tranh: Dương Đình Tuân

KHOẢNG CÁCH

Khi mới quen nhau tình ý ban đầu
ngượng ngùng không nói chỉ biết theo sau
khi mới yêu nhau tình ý muôn lời
thì thầm bên gối tính chuyện dài lâu

Người yêu dấu ơi, khi tình nhạt phai
người yêu dấu ơi, khi đời đổi thay
những lời âu yếm theo gió cuốn bay
trái tim xa dần, trái tim xa dần

Khi đã yêu nhau bao ý trongđầu
nhìn nhau không nói như biết từ lâu
khi đã yêu nhau, tâm hồn ngây ngất
chỉ biết bên nhau trái tim thật gần

https://www.youtube.com/watch?v=8mZN0bveVzE

CHIỀU ĐÔNG

Chiều nay mây xám trời xuống thật gần
ngày anh đi vắng cũng là mùa đông
tình yêu xa vắng đã mấy mùa sang
mây xuống thật gần lòng xuống thật buồn

Sao anh không về mùa đông buốt giá
sao anh không về giá buốt người xưa
những tháng năm dài những ngày đơn côi
nhìn anh không thấy chỉ thấy mây sầu

Trời nhiều mây xám gió buốt lạnh lùng
người đi xa vắng cõi lòng sầu thương
mai mốt anh về trời thôi đông giá
mai mốt anh về mưa xuân chan hoà.

https://www.youtube.com/watch?v=-QWhTRmJscs

Tranh: Dương Đình Tuân

VẠT NẮNG CHIỀU THU

Vạt nắng chiều thu vạt nắng chiều thu
tìm em xứ lạ chờ người năm xưa
bước chân lãng du nghe rừng thương nhớ
một thoáng ai về một giấc mơ qua

Chiều thu chiều thu em đến nơi này
lá vàng che lối tình đã cuồng say
theo gió heo may theo tà áo trắng
theo người trong mộng về nơi cuối trời

Mây trắng chiều thu những mong những chờ
cây vàng lá đỏ mối tình năm xưa
vì em anh lỡ một giấc mơ hoa
vì em dang dở cả cõi đi về

Chiều thu chiều thu vạt nắng chiều thu
mang nhiều mong nhớ con đường cũ xưa
thiếu bóng em qua con đường xưa cũ
nỗi lòng lê thê chẳng thấy em về.

https://www.youtube.com/watch?v=gvuH5Ot1NMA

Ở MỘT NƠI ẤY

Ở một nơi ấy không còn mùa xuân

cây xanh đã chết không lá thu sang

ở một nơi ấy biển không còn xanh

thuyền nằm trên bãi nhưng không ra khơi

Ở một nơi ấy mây trời không thấy

sông không còn trong tình yêu nở muộn

ở một nơi ấy nỗi chết bên tôi

nỗi chết trong hồn nỗi chết ngày mai

Xin hãy cho tôi khung trời trong sáng

tình yêu tương lai dòng sông ngọt ngào

trả hết cho tôi cây xanh bóng mát

sông nước thanh bình thuyền lại ra khơi

Ở một nơi ấy không còn tình thương

đâu đây tiếng khóc như xé tim gan

ở một nơi ấy trẻ thơ lầm than

nụ cười đi vắng buồn vương trên môi

Ở một nơi ấy tâm hồn u ám

hoa không còn vương tình yêu nở muộn

ở một nơi ấy nỗi chết bên tôi

nỗi chết trong hồn nỗi chết ngày mai

Trả hết quê tôi.

https://www.youtube.com/watch?v=wDMANqRvu10

ĐÔI TA

Nếu muốn không gian đừng tan,

hãy níu đôi chân thời gian

nếu muốn tình yêu không tàn,

xin hãy níu chặt con tim

Xin hãy vì anh mặn nồng

xin hãy vì em yêu thương

thời gian từ nay ngừng trôi

không gian còn đó đôi mình.

Nếu có bao giờ trong không thời gian

nếu có bao giờ ngày xuân tươi thắm

là lúc bắt đầu của tình yêu thương

là nơi ngày ấy không còn mùa đông

Nếu muốn xuân nay đừng qua

nếu muốn đôi ta đừng xa

nếu muốn ngày xuân chan hoà

xin hãy giữ chặt hương xưa

xin hãy cùng nhau rộn ràng

xin hãy cùng nhau mơ hoa

Mùa xuân từ nay dừng chân

nơi đây mang bóng đôi ta.

https://www.youtube.com/watch?v=E1yNeM-aBes

VẾT CHÂN CỦA CHÚA

Đêm qua, có giấc mộng lành
mơ cùng với Chúa đi trên cát vàng.
song song từng bước nhẹ nhàng
một đôi của Chúa, một đôi của chàng

Bước chân như dấu vết đời
nhiều khi chỉ có một đôi của mình
còn chân của Chúa vô hình
chính là những lúc đời mình đớn đau

Chúa ơi Chúa ơi

sao Chúa nỡ để con sầu

không như lời nói hứa câu vuông tròn

suốt đời bên cạnh mình con

để nâng để đỡ lúc con khốn cùng

Con ơi Con ơi

Ta vẫn thương con vô chừng

những khi không thấy đi cùng dấu chân

Chính là những lúc Ta nâng

đời con khốn khổ khỏi vùng đau thương.

https://www.youtube.com/watch?v=oku9vmvq7uY

THÔI TA VỀ

Thôi ta về nhìn lại ta thôi
vầng trăng có sáng cũng là xa xôi
thôi ta về tìm lại tim ta
nhiều khi đau đớn vẫn là mơ hoa

Thôi ta về nhìn lại nhà xưa
dù trăm con nhện giăng tơ trưa hè
mái nhà tranh mưa nắng ra vào
vẫn là nơi cũ để ta trở về

Người yêu dù có mỹ miều
không là hồng nhan tri kỷ hồng nhan đa tình
hồng nhan ơi người yêu tôi người xa tôi

Thôi ta về nhìn lại ta thôi

người yêu yêu dấu cũng rồi oan gia

thôi ta về tìm lại tim ta

nhiều khi đau đớn vẫn là tin yêu

Thôi ta về nhìn lại nhà xưa

dù trăm con nhện giăng tơ trưa hè

mái nhà tranh mưa nắng ra vào

vẫn là nơi cũ chốn cũ ta về.

https://www.youtube.com/watch?v=-yZn4cANyNg

TIẾNG HÁT RU CON

Tiếng hát ru con như vòng tay ấm
đưa con vào mộng của những thiên thần
tiếng hát cho con như nụ hôn nồng
trên vầng trán rộng trong sáng tuổi thơ

Tiếng hát cho con như dòng sữa Mẹ
đưa con vào đời tuổi thơ vui tươi
tiếng hát cho con mang niềm hy vọng
ngày mai khôn lớn con sẽ vững vàng

Con ơi,

một mai ta đi

tiếng hát cho con

luôn luôn bên mình

khi con cô quạnh

như ngàn sao sáng trong đêm tối đen

Tiếng hát cho con vang lời âu yếm

ru con vào mộng của những vuông tròn

tiếng hát cho con là nguồn suối ngọt

tuôn vào trong tim

Ngày mai khôn lớn con sẽ là người

yêu thương đời sống

yêu thương lứa đôi chan hoà yêu thương.

KHUNG TRƯỜNG TỈNH GIỐC

Đã mấy xuân qua hoa đào vẫn nở
sân trường tỉnh Giốc vắng bóng người xưa
đã mấy thu sang người em sầu mộng
mùa thu tóc vàng muôn ngàn luyến thương

Đã mấy xuân sang ướp trái tim hồng
bên một dòng sông con nước êm đềm
đã mấy năm rồi khung trời tỉnh Giốc
em còn ở đó hay phương trời nào?

Một dòng sông một dòng đời
trôi đi trôi mãi, mãi phương trời nào
con đường tỉnh Giốc vẫn là niềm đau
vẫn là kỷ niệm một thời yêu em

Những chuyến mê-trô đi về xóm trọ

con đường tỉnh Giốc in bóng người xưa

bàn tay ấm áp buốt giá mùa đông

Đã mấy xuân qua em còn có lại

khung trường tỉnh Giốc con tim xào xạc

chiếc lá thu xưa.

https://www.youtube.com/watch?v=He9OmoXVpcs

XUÂN VỀ

Hôm nay chủ nhật nằm lười
nhìn qua khung cửa nắng rơi trên cành
lá non mới nhuốm màu xanh
không gian rộn rã long lanh tơ trời.

Mùa xuân chợt đến trong tôi
tim nghe rạo rực thấy đời muốn yêu
chưa say hồn đã xiêu xiêu
mộng về dĩ vãng những chiều xuân xưa

Tuổi trai tuổi trẻ tuổi tròn
tuổi vừa vừa dư hơi thừa chút thôi
chút thừa muốn tặng cho ai
xuân dâng ngập cả điệu đài chiếu chăn

Trong mơ gặp một bé ngoan

bé vừa đủ lớn ta toan về già

ngoài đời ta đã phụ ta

ta không phụ bé mặn mà trong mơ

Hôm nay chủ nhật tương tư

nằm lười cho thoả những giờ lênh đênh

lá non đã nhuốm màu xanh

mùa xuân chợt đến thôi đành dậy thôi

Bao chiều chủ nhật nằm lười

bao mùa xuân đến nhưng rồi xuân đi

xuân đi xuân lại trở về

riêng tôi ôm mối tình si nào ngờ.

https://www.youtube.com/watch?v=Rg5xepnHDwU

MÙA THU ĐÃ TỚI

Mùa thu đã tới đã sớm đến rồi em

buổi mai thức dậy xao xuyến theo màu nắng

chiếc lá vàng rơi cuốn theo chiều gió

theo bước chân ai em về những lối xưa

Ngày như sương khói đời qua như bóng mây

người chia đôi lứa không thấy dáng thu xưa

Lòng tôi ao ước chiếc lá nắng vàng xưa

Một mai có nhớ, nhớ mùa thu đã qua

Trời thu hôm nay trời thu ngày mai

không còn mùa thu xưa không còn tình chan chứa

Người yêu đã tới đã đến suốt đời tôi

rồi mai nếu có xa vắng trong tình yêu

xin nhớ rằng tôi luôn luôn luôn chờ mãi

cho đến nơi đâu nơi về luôn có nhau

Ngày xưa đôi lứa ngày ta quen biết nhau

tình yêu thu ấy lưu luyến đến muôn đời

vàng bay trong gió, gió cuốn cuốn đời nhau

Rồi đây em sẽ nhớ về, về bên tôi.

https://www.youtube.com/watch?v=UXwOZjgnBrY

EM MANG MÙA XUÂN

Em mang mùa xuân mùa xuân về tất cả
em mang tuổi ngọc như bóng dáng thiên thần
em mang hy vọng cho loài người lầm than
em mang hoà bình cho thế giới chiến tranh

Em mang niềm vui niềm vui là tất cả
cho thế giới này thế giới này khổ đau
em mang ngày mới cho tội lỗi chìm sâu
cho đời tươi sáng cho đất nước thanh bình

Mùa xuân ơi, mùa xuân niềm vui ơi
người ơi, có ước mơ là có, là có cả
niềm hạnh phúc đến từ, đến từ người
đến từ đời, đến từ nhau

Em mang mùa xuân mùa xuân về tất cả
em mang mật ngọt cho tiếng hát thiên thần
em mang cho đời cho loài người tình thương
cho loài người tình yêu.

https://www.youtube.com/watch?v=1HWMejRbPFU

TUỔI THƠ TÔI HÀ-NỘI

Chú thích: Cảm hứng từ câu thơ

"Xin gửi cho em tuổi thơ tôi mùa thu Hà Nội"

của thi sĩ Trần Mộng Tú.

Xin gửi cho em tuổi thơ tôi mùa thu Hà Nội*

Xin gửi cho em những sớm mai nghe tiếng quà rao

Xin gửi cho em mùa cốm về thơm mùi gạo mới

Xin gửi cho em tình yêu em tình yêu Hà Nội

Xin gửi cho em tình yêu đầu ngày tôi mới lớn

những bước chân tà áo Trưng Vương

những thư tình không bao giờ đến

Xin gửi cho em cánh hoa đào rực rỡ mùa xuân

những con đường hàng me hàng sấu

Hà Nội tôi mùa hè nắng cháy

tiếng ve sầu buồn bã thinh không,

hàng phượng đỏ nhìn mình chia tay

Có còn gặp mùa sau trở lại

Hà Nội ơi Hà Nội tôi ơi

Tiếng dương cầm nhà bên hàng xóm

đưa tôi vào những khúc yêu đương

tôi đã có người yêu Hà Nội

Xin gửi cho em tuổi hoa niên mùa thu Hà Nội

Xin gửi cho em tiếng lá rơi xào xạc trên lối

Xin gửi cho em mùa cốm về hoa sữa đầy sân

tình yêu em tình yêu Hà Nội.

https://www.youtube.com/watch?v=gmi14F_BFvk

Tranh: Dương Đình Tuân

HOA VÔNG VANG

Hoa vông vang bông vàng như nghệ
tình trao em biển trời mênh mông
tình oan trái giấu kín trong lòng
ước mong sao thấy người trong mộng
hoa vông vang ngày em lấy chồng
tim đau thắt biết nói cùng ai?

Trời sang đông trời lại sang đông
gió bấc về đau đớn buồn dâng
vông vang vông vang bông vàng như nghệ
em đi mất rồi tôi biết làm sao?

Mây trắng có bay cho tôi theo với
một khối tình riêng mang xuống tuyền đài
hoa vông vang bông vàng như nghệ
tình trao em như nắng ban mai
hồn theo em qua đồi qua núi
tình thiên thu tình mãi thiên thu.

https://www.youtube.com/watch?v=Fl1PVID__s

CHIỀU BƠ VƠ

Chiều bơ vơ nhạt nắng đôi bờ
thuyền em đi những bến bờ xa
tìm đâu thấy trong giấc mơ hoa
người mình yêu mang theo nhung nhớ
em có về hẹn kiếp sau thôi
em có về cho tôi đợi chờ

Em có về em có như xưa
mang duyên dáng như ngày năm đó
bơ vơ bơ vơ chiều vẫn bơ vơ
chiều giăng mây tím cung đàn lữ thứ
chiều đi chiều đi ôm lòng đau đớn
chiều đi lặng lẽ không ai đợi chờ

Chiều bơ vơ nhạt nắng đôi bờ

chiều hoang vu nghe lòng xa xứ

nhớ người xưa xa cách chân mây

giọt lệ sầu ai không ai có

em có về nhạt nắng chiều nay

em có về như ngàn năm ấy

em đã về em vẫn ngây thơ

người yêu ơi tình sẽ trở về.

https://www.youtube.com/watch?v=XFXPMEzb-OU

NỤ HÔN SIM TÍM

Môi em là đóa hoa cười

Nghìn thu đọng lại trên đồi hoa sim

Môi em một nụ hoa hồng

Mùa xuân cánh nở giữa hàng lá xanh

Môi em khoe sắc khoe hương

Hồn tôi mê mẩn đường vào mê cung.

Môi em trái ngọt trên đồi

Màu sim tím cả hồn tôi dại khờ

Môi em nho nhỏ xinh xinh

Miệng cười chúm chím cong cong mơ màng

Môi em duyên thắm trên đồi

Tình tôi đã nở trên đồi hoa sim.

Môi em là những ngỡ ngàng

Mùa xuân chợt đến bên hàng tường vi

Môi em anh trót si mê

Si cho đến hết đường đi lối về.

Nụ hôn ban đầu em trao cho tôi

Nụ hôn sim tím ngây ngất một đời

Trăm năm đã chờ nghìn năm vẫn nhớ

Một dáng ngây thơ một đóa hoa cười

Yêu em anh đã yêu em mất rồi

Yêu hoa sim tím yêu người thơ ngây

Yêu thương thơm ngát sim tím trên đồi.

https://www.youtube.com/watch?v=viwhcadymzk

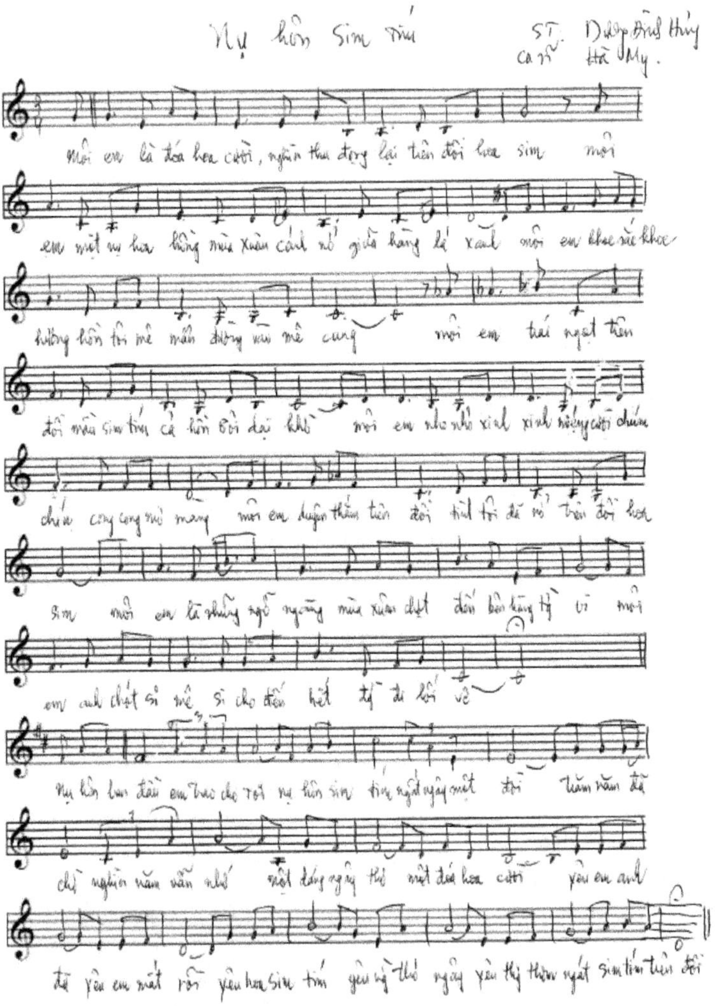
Nụ hôn sim tím
ST. Dương Đình Thủy
Ca sĩ Hà My.

Tranh: Dương Đình Tuân

EM LÀ MÂY TRẮNG

Em là mây trắng trôi qua đời tôi
mây trôi lang thang qua rừng qua núi
em là vương vấn trong khói mây chiều
em đi về đâu

Năm tháng qua rồi em là mây trắng
cho tôi thương yêu như tà áo trắng
nhung nhớ một đời
em ơi em ơi! cho tôi bay với
em là mộng ước những ngày xa nhau

Mây bay đi rồi tôi biết về đâu?
tôi biết về đâu khi mây cuối trời
tôi biết về đâu khi lòng ai thấu
nhìn xa chân trời những đám mây bay.

Em là mây trắng trôi qua đời tôi

Em đi lang thang cho người thương nhớ

Em là mây trắng trong nắng trưa hè

cho đời biết vui cho đời biết vui

Em là mây trắng cho tôi thương yêu

như tà áo trắng thương nhớ một đời.

Em ơi em ơi cho tôi theo với

Mây trắng ngang trời hãy đến cùng tôi.

https://www.youtube.com/watch?v=G1tSQKzu18s

TUỔI TEEN

Cười vu vơ như lúc tựa bên hoa

Nhìn em yêu mà thấy dáng tuổi teen

Nắng trong vườn lung linh trời trong sáng

Tiếng em cười như tan vỡ không gian

Tranh: Dương Đình Tuân

Tuổi mười ba như lúc trời đang mưa

Lòng con gái xao xuyến theo đường tơ

Tuổi mười bốn theo cánh bướm bay xa

Nắng hanh vàng mơ thấy tuổi mười lăm

Qua bao năm rồi ta vẫn mơ tuổi teen

ước gì dáng xinh xinh bên cội hoa hồng xinh

bên em bên nguồn sống tuổi teen

tang tình cho em xinh, tang tình tang tơ tình

Cười vẩn vơ như lúc vừa tuổi teen

tình trong trắng e ấp nụ cười xinh

tuổi vừa lên xao xuyến mơ Đào nguyên

 trong ước trong mơ màng vẫn mơ dáng tuổi teen.

https://www.youtube.com/watch?v=97bDbhtPLpA

TÌNH VUI

Đời vui sao qua mau

tình vui sao tan mau

anh ơi, em nhớ khi gần nhau

Đời vui khi yêu nhau

hồn đau khi xa nhau

Em ơi, anh nhớ phút ban đầu

Đời vui khi có nhau

thương em từ buổi đầu

yêu anh, yêu mãi đến ngàn sau

Xa em mới sáng nay

thiếu em lúc chia tay

nhớ em, da diết suốt cả ngày

gần anh trong đêm nay

yêu anh tới ngày mai

thương nhau từng phút đến từng giây

Quấn quít đôi bàn tay

bên nhau ta vui say

yêu nhau yêu cả đôi vai gầy

Tình vui dù qua mau

hôn nay mình có nhau

Dù xa ta vẫn hoài nhớ nhau.

https://www.youtube.com/watch?v=muVwX0Dh6rM

TÌNH TÔI

Có những giây phút mình không nói được

là mình đã ước trong suốt cuộc đời

khi đã yêu ai yêu có một người

dù em có muốn trốn chạy tình tôi

Hãy nhớ lắng nghe tình yêu đã gọi

đừng hờn nghe em giây phút ban đầu

mình sẽ yêu thương mình sẽ thương nhau

dù tim tan nát lòng không thở than.

Tình yêu tung cánh ngàn cánh chim bay

về trong giấc mơ giữa chốn trần gian

có những phút giây mình không thiếu được

là mình ao ước trong suốt cuộc đời

Mình còn yêu em mình vẫn thương em

dù em có muốn trốn chạy tình tôi

https://www.youtube.com/watch?v=qPTOk7AC054

ĐÔI MẮT EM BUỒN

Tôi đã rong chơi gần hết cuộc đời.

tôi đã say mê không biết bao người

Riêng mắt em buồn mang mùa thu tới.

Riêng mắt em buồn như giọt mưa rơi.

Em đã qua đây cho tôi cuộc tình

em đã ra đi khi mùa đông tới

đôi mắt em buồn như màu sương khói

đôi mắt em buồn mang ngàn lệ rơi.

Tình thu không chết khi mùa thu hết

ai nhặt cho tôi chiếc lá vàng rơi

con đường xưa ấy mây vẫn lang thang

con đường tình ấy sao quá vội vàng.

Tôi đã đi tìm những phút đời hoang

tôi đã chôn tôi trong kiếp bạc đời

đôi mắt em buồn theo bước chân tôi

đôi mắt em buồn ray rứt hồn tôi.

Tôi đã qua đây chờ hết một người

tôi đã qua đây đợi mùa thu tới

trong trái tim này mùa thu sẽ đến

đôi mắt em buồn thôi hết lệ rơi.

MÙA THU TÓC MÂY

Ta gặp em trong một thoáng mưa bay
tình yêu vừa đến đã bước lên ngôi
ta từng ước mơ sẽ đam mê một người
dù cho giông bão xé nát tim tôi

Ta yêu em khi chiếc lá vàng rơi
rừng thu thay lá theo gió thu bay
ta lắng nghe tiếng em hát bên trời
lời ca âu yếm như nắng trên môi

Giấc mơ tình ái đắm say đắm say
nấc thang tình ái ngất ngây ngất ngây
tay trong vòng tay vang tiếng vui cười
tưởng mình lạc lối vào chốn thiên thai

Gió thu vờn mái tóc mây đắm say

nắng thu vàng mái tóc mây tóc mây

em trong vòng quay vang tiếng vui cười

tưởng mình lạc bước vào chốn thiên thai

Ta mất em khi chiếc lá vàng rơi

tình yêu đã chết biết mấy thu phai

trong giấc mơ ta chỉ nhớ một người

ngàn thu lộng gió tóc mây tóc mây.

THÔI THÌ

Tình vui đã chết đêm qua
Có người dẫm nát nụ hoa chân tình
Em đi để lại một mình
cánh hoa tan tác bóng hình khai tâm

Tình vui mới chết đêm qua
trái tim còn nóng cánh hoa chưa tàn
tình vui mới nở hoa vàng
khai tâm một đóa hoa lòng tinh khôi

Em về mang đến niềm vui
Em đi thu cũng quên rơi lá vàng
Thôi thì chấp nhận bẽ bàng
Kiếp sau sau nữa muộn màng đâu em

Tình thu tình muộn tình buồn
Tình dâng dâng hiến trọn lòng với ai
Một mai nếu phải xa đời
Có còn nhớ đến một người thương em.

Tranh: Dương Đình Tuân

ĐƯỜNG CHIỀU

Đường chiều mưa rơi tóc thề ướt đôi vai

tìm đâu nét cũ dáng yêu kiều

khói bay vương buồn tìm đôi mắt biếc

lá bay ngàn lối ngàn bơ vơ

tình tan theo sau lá vàng úa xa xưa

Người đi sao không thấy em về!

tiếng ai mơ hồ buồn xa vắng quá

tơ lòng tha thiết bóng hình xưa

ai đi ngoài sương gió cho ai thương vô bờ

Tình yêu trong sáng như vầng trăng

mà sao em buồn trong chiều rơi bên hồ

đường chiều mưa rơi phai màu má ngây thơ

còn đâu tiếng hát tiếng mong chờ

Đã bao năm rồi tình lưu luyến cũ

qua bao lần khóc chờ tin thư

ngày ngày mong em đến cùng tiếng hoan ca

bờ môi thắm thiết nhớ muôn đời

bóng em mơ hồ ngày sương thu ấy

thôi đành mất hết trong đường chiều.

https://www.youtube.com/watch?v=HsXb3rnBbTM

CHIỀU TÀN

Có những hoàng hôn hoàng hôn xuống
bóng người xa dần, xa dần, xa xa dần
tiễn bước em đang về nơi xa ấy ngày xa ấy
có ai khóc thầm khóc thầm trong điêu tàn

Nước mắt ai đang buồn ai đấy
bóng ai xa rồi, xa rồi, xa xa rồi
Lắng tiếng ai đi tìm người xưa ấy
ngày vui ấy mất em, mất rồi, mất rồi, mất em rồi

Chiều ơi chiều xuống chiều rơi
người đi, đi cả chiều gió mưa
hồn tôi bỗng bơ vơ lòng tôi đã dại khờ
nếu biết rằng em, rằng em đã lỡ
chiều thu vàng, thu vàng, thu thu vàng

Có biết bao bao điều mong nói tới tình yêu ấy

nhớ em nhớ nhiều, nhớ nhiều, nhớ bao ngày

có tiếng em đang cười xa vắng

vắng xa, xa rồi, xa rồi, xa xa rồi

Có bước em đang về, em đang đến

tình sẽ đến, đến trong giấc mơ

giấc mộng giấc kê vàng.

https://www.youtube.com/watch?v=4vOanLIz9WE

CÓ NHỮNG TIẾNG HÁT

Có những tiếng hát ru tôi ngàn năm
có những đớn đau riêng tôi buồn phiền
đời chia đôi ngả giọt nước vỡ tan
đời thiếu em rồi ai còn chờ mong?

Có những dấu vết cuộc tình chia xa
có những ái ân không bao giờ quên
người đi xa vắng người ngoài chân mây
người khóc trong lòng người cười đâu đây

Tiếng hát đêm mưa tiếng hát ngày xưa
tiếng hát u hoài một thời tan vỡ
tiếng hát cho tôi một thời đắm đuối
tiếng hát liêu trai giọng tình mê say

Có những tiếng hát yêu thương ngàn năm

có những số kiếp chuyện tình chia xa

có những đớn đau không bao giờ quên

người yêu năm ấy luôn luôn chờ mong

Có những khúc hát biệt ly hôm nay

là tình yêu dấu yêu dấu ngày mai

có những tiếng hát tưởng là cách xa

có những tiếng hát theo tôi ngàn năm

có những chuyện mình tưởng rằng đã quên

nhưng có chuyện tình không bao giờ quên

https://www.youtube.com/watch?v=s0zhngYB8tk

TÌNH EM NHƯ TẤM LỤA ĐÀO

Tình em, tình em như tấm lụa đào

  phất phơ trước gió vướng vào tim tôi

ngày xưa, ngày xưa là giấc mơ hoa

Tóc em thơm ngát hương hoa trước hè

Tôi về mê mẩn tôi về mê mẩn

cô em hàng xóm xinh thật là xinh

ngày mưa ngày nắng theo gót chân son

bỏ bê học hành, bỏ bê học hành

Tình em, tình em như tấm lụa đào

trong trắng đi vào giấc mơ,

giấc mơ thương nhớ

giấc mơ đợi chờ

Lời thơ đã viết trên tấm lụa đào

gửi em gửi em tấm tình lai láng

những phút thần tiên bên em mơ màng.

Tình em tình em như tấm lụa đào

phất phơ trước gió vướng vào tim tôi

Ngày xưa, ngày xưa là giấc mơ hoa

tóc em thơm ngát hương hoa trước hè

Tôi về mê mẩn, tôi về mê mẩn

cô em hàng xóm xinh thật là xinh

Ngày mưa ngày nắng theo gót chân son

bỏ bê học hành để yêu mình nàng.

MƯA RƠI

Nghe mưa rơi như tình em đã xa

trong tâm tư như tình có chờ ta

mưa mưa rơi mưa mãi mãi cuối trời

mưa mưa rơi cho hồn ta u hoài

Trong đêm đông sao lòng ta xót xa

em ra đi cho hồn ta đớn đau

nghe dư âm cung đàn ai thiết tha

đêm không đi u buồn ôi lắng sâu

Em đi mãi em về không cho anh chờ mong

anh mong chờ em những đêm, đêm vắng gối sầu

đêm chưa hết đêm còn dài dài đến bạc đầu

yêu em nhiều yêu đắm đuối cho đến sầu đau.

Nghe mưa rơi trong hồn ta nát tan

trong cơn mê như tình ai thở than

mưa mưa rơi mưa theo tôi cuối đời

mưa mưa rơi cho tình thêm u hoài

Trao tâm tư cho người nơi vắng xa

em thôi đi cho tình ta ngóng chờ

nghe dư âm cung đàn ai thiết tha

đêm không đi u buồn ơi lắng sâu.

https://www.youtube.com/watch?v=GwYOJSM_bYk

Tranh: Dương Đình Tuân

Tranh: Dương Đình Tuân

NẮNG ĐÃ PHAI

Nắng đã phai nắng đương tàn
người ra đi rồi
đến bao giờ mới quay về
ta nối lại mối tình xưa

Dáng em xưa dáng mơ màng
đời ta ước nguyện
sẽ đi tìm sẽ mong chờ
người ấy ngày xưa ngây thơ

Nắng thu đi lá phai màu
ai lưu luyến ai
có bao giờ có thu vàng
cho lá rụng lá cuồng quay

Bến năm xưa bến mong chờ

chờ em vẫn chờ đến khi nào có em về

tình đến tình yêu trong mơ

nắng đã qua phai rồi em ơi

giấc mơ xưa không còn lưu luyến

tình chúng mình thôi đành chia tay

lời hẹn ước theo lá thu bay

Nắng đã phai nắng thu tàn

người đi xa rồi

lá cuốn đi gió đông về

lòng ai buồn chốn phòng khuya

bước chân ai bóng người về

lời ai ước thề đến khi nào có em chờ

ngày ấy ngày xưa trong thơ

Nắng qua đi nắng phai tàn

giờ không có nàng

gió heo may gió thu tàn

em có đợi mối tình si

biết bao giờ biết khi nào tình yêu đón chào

có em về có anh chờ

người ấy ngày xưa ngây thơ.

LÁ ÚA RƠI

Lá thu lá úa rơi

khi Đông về hôm nay

giấc mơ xưa tàn phai

tôi một mình nơi đây

tiếng ai hát thiết tha

trong chiều đông mưa gió

nghe lòng mình bơ vơ

nghe đời tôi tan vỡ

Tiếng ai hát chiều nay

sao giọng buồn tê tái

như thuyền đã ra khơi

như tình không duyên kiếp

Tiếng mưa tiếng lá rơi

ôi sầu lên chơi vơi

kiếp nào có thấy nhau

tình duyên ta nối lại

Lá thu lá úa rơi

trong chiều thu hiu hắt

nghe lòng mình chơi vơi

người đi sầu lắng đọng

buồn da diết không thôi

tình vui nào có tới

ngày mai sẽ xa tôi

Tình yêu không trở lại

lá rơi lá vẫn rơi

khi thu về hôm nay

giấc mơ xưa còn đây

mà sao đã chia tay

lối xưa lối đắng cay

con đường buồn ai hay

con đường tình mê mải

con đường tình ngang trái

https://www.youtube.com/watch?v=3an7RNV_DWY

NẮNG VỪA LÊN

Nắng vừa lên trên đồi sim
đôi ta tìm mộng dưới trời trong xanh
nắng vừa lên nắng lung linh
mơ tà áo trắng lối về yêu thương

Em ơi xao xuyến đất trời
cho em tôi hương ấm
cho lòng thơm ngát
cho đời thơm ngát làn môi
tình yêu ngất ngây

Nắng vừa lên nắng tìm đâu
mối tình say đắm một thời đắm say

Nắng vừa lên, nắng hết mong manh
một thời phiêu lãng tìm về bên em
nắng vừa lên, nắng đang lên cho đời tươi thắm
tràn nắng yêu thương ngàn đóa hoa tình.

https://www.youtube.com/watch?v=5kPCJG7ze-4

Tranh: Dương Đình Tuân

TỪNG GIỌT MƯA BAY

Từng giọt mưa bay từng niềm đau thương
từng ngày anh xa em đớn đau triền miên

Lời thề năm xưa lời nguyền yêu nhau
rồi nay chia tay em, duyên kiếp đã hết

Từ ngày xa em chiều chiều mong em
lòng buồn nghe mưa bay, tiếng lòng buồn thêm

Xa xôi luyến tiếc người yêu năm xưa
người yêu mắt biếc .

Tiếng mưa bay
tiếng mưa bay
chốn xa xôi đã nhớ em khôn nguôi

Lòng còn đam mê lòng còn yêu em

đời đời không xa em, nhớ nhung từng đêm

tình còn say sưa tình còn đương xuân

đời không chia tay em, duyên kiếp vẫn đến

Từng giọt mưa bay từ ngày xa nhau

đời buồn khi chia tay, đớn đau hồn tôi

xa xôi mãi mãi tình yêu ra đi

người yêu không tới!

https://www.youtube.com/watch?v=6T-fKN3SZZs

DÒNG SÔNG VĨNH BIỆT

Dòng sông nào tiễn em đi
dòng sông nào đã chia ly tình đôi ta
tình đôi ta, một thời khăng khít
một thời si mê.

Dòng sông nào buồn mênh mông
dòng sông nào hết yêu thương cho tình mình,
tình đôi ta hết nỗi đắng cay nhiều nỗi sầu thương

Thôi em về qua bên kia sông
có pháo đỏ có rượu nồng tân hôn,
thôi em về chiều mưa ướt gió
những ái ân xa vắng từ đây.

Dòng sông nào tiến người đi,

dòng sông nào đã xa nhau,

tình đôi ta tình vời vợi

một thời khắng khít một thời si mê

https://www.youtube.com/watch?v=V6WMmLdmCLE

ĐÊM VỀ

Đêm về nghe tiếng xe qua
tưởng đâu người đã tình xưa tìm về
ánh đèn hiu hắt đêm mưa
sầu lên phố cổ gió qua cửa phòng.

Đêm về mơ ước người thương
tóc thề rũ bóng trăng tìm gối chăn.
đêm xưa đêm vẫn còn nồng
chăn xưa nay đã lạnh lùng tháng năm.

Tôi tìm trong giấc kê vàng
người đâu một thuở đá vàng bên nhau.
đêm xưa đêm đã qua rồi
tàn cơn giá lạnh mà đời giá băng.

Nghe như khói sóng trong lòng

người ơi người đã bỏ thuyền bỏ sông.

bỏ tình trong trắng ngây thơ

mà đời tôi đã dâng cho một người.

Một người tôi đã yêu thương

nửa đời đứt gánh một đời bơ vơ

https://www.youtube.com/watch?v=hT5U88GBRyA

CHIỀU ĐÔNG TRONG THÁNH ĐƯỜNG BUỒN

Chiều đông trong thánh đường buồn

Con về cầu Chúa một lần rồi thôi

Đời con phiêu bạt đã nhiều

Không bờ không bến không ai đợi chờ

Những người trong mộng con mơ

Đều bỏ con lại bơ vơ một mình

Chúa ơi! Xin cứu đời con

Để con được gặp người con ước mơ

Chiều đông rồi lại chiều đông

Người đi đi mãi sao không thấy về

Thánh đường lạnh lẽo lê thê

Người con chiên ấy đã xa chốn này

Chiều nay về lại chốn xưa

Giáo đường còn đó vắng tiếng kinh chiều

Nghe như ai đó nguyện cầu

Vâng theo lời Chúa tìm về bên nhau

Nghe như ai đó nguyện cầu

Vâng theo lời Chúa tìm về bên nhau

https://www.youtube.com/watch?v=YaGE2w9cNt8

BẢN TÌNH CA CUỐI CÙNG

Bản tình ca cuối cùng anh viết cho em
Anh viết cho em, một sáng mùa đông
Bài tình ca dang dở, đến giữa dòng đời,
đến giữa mùa xuân, khi hương còn nồng
khi hương còn nồng

Bài tình ca màu hồng, anh nhớ đến em
Anh nhớ đến em, một sáng mùa Đông
Bài tình ca cuối cùng, tình nồng đã hết
Buông vòng tay em, buông vòng tay em.

Bài tình ca ngày nào, dâng hiến cho em
Trái tim nồng nàn, trái tim nồng nàn
Lời ân ái ngày nào như trăng đầu núi
mặt trời lên cao, sóng vỗ rạt rào
Bài tình ca cuối cùng, nào biết trao ai
nào biết trao ai.

Tranh: Dương Đình Tuân

Ngọn nến muộn màng

bài tình ca cuối cùng, là tình đôi ta

là tình cay đắng chôn dấu trong lòng.

https://www.youtube.com/watch?v=yaRVSvTDAzc

ĐÀNH NÓI LỜI CÁCH XA

Còn đâu còn đâu ngày vui ấy bên nhau
Ngày không xa cách, đêm chờ em gối đầu
Cho đến bây giờ còn vài giây phút thôi
biết nói gì đây Ngày mai là cách xa

Đêm nay không mưa mà sao lòng ta tan nát?
Gió đông thổi về một trời mây tím ngắt
Nụ hôn cuối này như nụ hôn đầu đời
anh đã trao em suốt một đời thương yêu.

Đành vĩnh biệt em thôi, đành nói lời cách xa
Đành nói lời cách xa Hạt cát bay theo gió
Đôi ta dù cách xa, tình không bao giờ tan biến
Hạt cát bay theo gió, gió cuốn cuốn về tim.

Đêm nay không mưa mà sao lòng ta tan nát?

Gió đông thổi về một trời mây tím ngắt

Nụ hôn cuối này như nụ hôn đầu đời

anh đã trao em suốt một đời thương yêu.

Tranh: Dương Đình Tuân

ANH BIẾT KHÔNG ANH?

Anh biết không anh, em sẽ theo con tim
Bất cứ nơi nào để được tình yêu của anh,
Dù cho trải qua những đau đớn trong lòng
Để biết tình yêu là đam mê vô vàn

Anh biết không anh, em sẽ theo con tim
Đến cuối chân trời để có trái tim của anh

Anh biết không anh, yêu là nhận khổ đau
Là nhớ là thương từng phút giây hằng ngày
Không bao giờ chết, sẽ mãi sống trong đời
Dù tình ngang trái nhưng mình biết thương nhau.

Nếu anh muốn nghe tiếng nói con tim em

Xin hãy tìm đến, đến bất cứ nơi nào

Em sẽ ở đây khi anh cần đến em

Dù cho giông bão, dù khó khăn vô vàn

Nếu em biết được trái tim anh theo em

Một ngày nào đó

một ngày có bình minh

một mùa xuân tới hoa lá khoe sắc mầu

dù có ngang trái vẫn yêu đến ngàn sau.

https://www.youtube.com/watch?v=2NQGDmuSdic

ANH ĐÃ ĐI XA

(soạn chung với Quang Phúc)

Anh đã đi xa mà đau thương còn mãi

trong trái tim em in dấu vết thời gian

của những đơn côi trong bóng đêm thinh lặng

của những bình minh không có ánh mặt trời.

Anh đã đi qua mà tình yêu còn mãi

trong nỗi yêu thương có oán hận sầu đau

dù biết bao lần ân ái đến tàn canh

dù biết bao lời hẹn ước đến đời sau

Thôi anh đi đi mãi đừng về

con tim này đã quyết từ đây

không bao giờ sẽ không bao giờ tìm lại tình xưa

Em đã say sưa trong vòng tay tình ái
em đã quên đi bao dấu vết thời gian,
của những đau thương từ trái tim dối gian
của những tình yêu không có ánh mặt trời

Anh đã đi qua mà sao còn quay lại
trong trái tim yêu nhưng rất nhiều dại khờ
đã biết bao lần cho đi hết tình yêu
đã biết bao lần hẹn ước đến đời sau.

THẢ

Thả hết người tình thả hết buồn phiền,
đôi bàn tay trắng hình ai phai tàn.

Thả xuống dòng sông những nỗi đớn đau.
Ai mang cho tôi nhiều đêm u sầu,
thả theo gió bay, thả theo gió bay.

Về nơi chân trời những ngày êm ái,
còn mãi trong tôi.
Người tình tôi ơi một đời mất mát
nào em có hay, nào em có hay.

Ngày ấy trong đáy tim tôi
đôi mắt thơ ngây.
Người ấy thương nhớ thương nhớ
từng đêm từng đêm,
đôi mắt hạt huyền
thả đi thả đi những ngày si mê.

Những đêm bơ phờ
chỉ mong nhung nhớ
thả đi thả đi
hay còn nuối tiếc
một người kiêu sa.

https://www.youtube.com/watch?v=l8Nmxygbt1o

DÒNG SÔNG TĨNH LẶNG

Có, có một dòng sông, một dòng sông tĩnh lặng

có, có một dòng đời đầy xáo trộn bão giông

và lòng người, lòng người điên đảo

theo năm tháng, không biết nơi đâu là chốn an bình

Chẳng lẽ, chẳng lẽ mãi mãi lưu lạc chốn trần gian

tìm người tri kỷ, hay toàn những điều lợi danh.

Có, có một dòng sông một dòng sông tĩnh lặng

luôn có nơi đây, ở ngay lúc này, ở ngay nơi này

Có, có một dòng sông, một dòng sông tĩnh lặng

nhưng cũng có một dòng đời, lúc đau đớn, lúc sướng vui

nhân duyên đã đến, đến tìm về ánh sáng

là nơi con tim là chốn an bình

Autoportrait 1985

Chân dung tự họa của ông Dương Đình Tuân (1925-2008)

CHỐN ĐI VỀ

Tới một ngày rồi cũng tới bờ bên kia

Chẳng còn tiếng chê cười

Tới bóng hoàng hôn, rồi cũng tới phút chia tay

Xin nở một nụ cười

Tới tiết mùa Đông rồi cũng tới

Chốn biên cương của sự sống muôn đời

Thôi bạn nhé, hãy bình yên về bên ấy

Chốn phù du chẳng luyến tiếc làm chi

Buông cho hết, cũng buông cho hết

Cho ngày về thanh thản lúc ra đi

Chốn bình yên là chốn đi về

Yết dế yết dế, ba la yết dế
ba la tăng yết dế
Bồ đề tát bà ha.

Yết dế yết dế, ba la yết dế
ba la tăng yết dế
Bồ đề tát bà ha.

Phụ Lục:
Tản mạn về những tình khúc Dương Đình Hưng

"Dù cho chỉ sống một giây,

Máu còn luân chuyển, tim này còn yêu"

Đó là hai câu thơ chú Hưng đọc lại cho tôi nghe trong lần ông sang Cali gần đây (tháng Sáu 2018) để tham gia đêm nhạc "Áo Trắng với Cung Đàn". Đêm nhạc do Câu-Lạc-Bộ Văn-Nghệ Viện Việt-Học tổ chức, với mục đích "giới thiệu những dòng nhạc mới của 5 Bác Sĩ người Việt Hải Ngoại." Vâng, xin phép được "bật mí" cùng bạn đọc của "Học Trò", rằng ông Hưng là chú ruột tôi – mà chính tôi cũng chỉ mới khám phá ra hai năm gần đây, là ngoài công việc chính là bác sĩ (đã nghỉ hưu), ông còn là một người sáng tác nhạc nữa. Ông và tôi đã có một dịp trò chuyện khá lý thú khoảng ba giờ đồng hồ ở một tiệm café Starbuck. Với hai câu thơ ông đọc tôi nghe, tôi càng tin 100% tại sao tôi không thể sáng tác nhạc được. Tôi chỉ có thể là một "blog sĩ" mà thôi, vì tôi không có đủ "lửa", không có một con tim nhạy cảm để có thể yêu cuồng nhiệt, say đắm tới độ bật ra những câu thơ, những câu nhạc như những thi sĩ, nhạc sĩ được. Tôi bèn tận dụng lần gặp gỡ hiếm hoi này (chú ở Virginia, còn tôi ở California) để "phỏng vấn" chú, hy vọng chú "bật mí" những yếu tố đã khiến chú viết nhạc, làm thơ được phổ nhạc, viết lời Việt cho nhạc ngoại, tổng cộng gần 100 bài.

Từ cuộc nói chuyện này, tôi ghi chép được trong sổ tay bốn yếu tố chính mà người viết nhạc nào cũng phải có: (1) nhạc sĩ phải luôn có "lửa tình yêu", (2) trong một bài nhạc phải có hai giai điệu song hành, (3) bài nhạc phải có một đỉnh điểm (climax), và (4) bài nhạc phải có một "tuyệt cú". Riêng về điểm thứ tư này, chú Hưng "bật mí" là chú được chính cố nhạc sĩ Nguyễn Ánh 9 chỉ bảo. Chú cũng tâm tình là chú được nhạc sĩ Nguyễn Ánh 9 phổ nhạc từ thơ cho chú được 9 bài. Chú giải thích thêm, 9 bài, chứ không phải là 10 hay 8 bài, là vì nhạc sĩ có tên là Nguyễn Ánh 9, nên nhạc sĩ chỉ muốn phổ 9 bài thôi.

Cách đây hai năm (2016) tôi có viết một bài viết ngắn, sau khi nghe qua lần đầu các bản nhạc mp3 của chú trên trang www.duongdinhhung.com . Sau cuộc gặp gỡ Star-buck ngắn ngủi này, tôi lại tò mò muốn tìm hiểu thêm dấu tích những "lửa tình yêu", những "tuyệt cú" trong nhạc của chú, nhưng tôi giới hạn lại, chỉ tìm hiểu kỹ lưỡng những bài nhạc do chú soạn cả nhạc lẫn lời, cùng những lời văn chú đã soạn cho các bài nhạc ngoại quốc mà thôi. Và tôi đã tìm thấy một chú Hưng thật mẫn cảm, thật đa tình, là một thi sĩ và nhạc sĩ có bản lãnh chứ không chỉ như chú khiêm tốn coi mình như một lãng tử đã có "một thời rong chơi vào thơ và nhạc" – như tựa đề của tập nhạc pdf chú gửi tặng tôi.

Có những bài thật hay như "Người Xưa Ấy", "Huế đến với tôi", "Chiếc Lá Thu Rơi", "Phố Lạ", "Nhạc Buồn Đêm Mưa" cũng như "hay hay" như là "Thà Như Không Có Mưa", Mặt Trời, Em và Tôi", "Có Gì Đâu". Để bù lại với những giai điệu mà tôi chủ quan nhận định là chưa thật "tới", tôi khám phá ra lời nhạc của những bài hát ấy rất đặc sắc. Ngoài ra, tôi còn vui mừng thấy các nhạc sĩ Phạm Tuân, Nguyễn Tường Vân, Nguyễn Ánh 9 đã đồng cảm được với thi sĩ Dương Đình Hưng để cho ra đời những sáng tác ngoạn mục như "Bản Tình Ca Luân Vũ" (nhạc Nguyễn Tường Vân), "Gần Bên Em"(nhạc Phạm Tuân – lời Anh ngữ của Hà Lê, cũng là cô em họ gần của tôi), hay là "Ngày Vu Quy" (nhạc Nguyễn Ánh 9). Đó là chưa kể những bài do chú Hưng viết lời Việt, như "Em Lắng Nghe Mùa Đông", nhất là bài "Chờ Nhé Em" (phối khí: Đức Thiện, trình bày: Thu-Hà),trong đó thi sĩ Dương Đình Hưng đã "chuyển ngữ" từ hai câu thơ của ông "Dù cho chỉ sống một giây, Máu còn luân chuyển, tim này còn yêu" thành:

https://www.youtube.com/watch?v=kUK6gQRXCuk

"Anh còn yêu mãi cho hết đời nay,

Anh còn yêu nữa cho hết đời sau,

Duyên tình tha thiết qua hết đời nay,

Duyên tình thắm thiết cho đến đời sau."

Tôi còn muốn nói thêm một điểm rất quan trọng thứ năm nữa trong dòng thơ nhạc Dương Đình Hưng – cho dù ông không nói rõ ra – là những bài nhạc của chú đều được hòa âm phối khí thật kỹ lưỡng và rất đều tay, rất "chất lượng" do những nhạc sĩ kinh nghiệm phụ trách. Tôi nghĩ đó là một điểm quan trọng, nếu không muốn nói là quan trọng bậc nhất nhì. Đây là một điểm son, chứng tỏ rằng chú Hưng rất nghiêm túc với nhạc của mình, muốn chúng phải thật hoàn hảo với công chúng thưởng ngoạn khá khó tính – một công chúng mà chỉ cần một cú "mouse click" là đã chuyển màn hình Youtube qua một bài nhạc, một dòng nhạc khác.

Tác phẩm mà tôi tâm đắc nhất có lẽ là "Huế Đến Với Tôi" (hòa âm và phối khí: Nguyễn Đình Quang-Anh, trình bày: Ánh Tuyết). Giai điệu thật ngọt ngào, chỉnh chu trên một nền Boston 3/4, hòa âm nhẹ nhàng. Bài nhạc giới thiệu người nghe một thành phố Huế êm đềm, với những "thôn Vỹ Dạ, Thành Nội", với "nắng hàng cau, những cơn mưa, trời mưa không dứt", có "dòng sông mộng, bóng trăng thề". Huế còn tăng thêm sức hấp dẫn ngàn lần với người sinh viên y khoa Dương Đình Hưng khi anh có "người yêu dấu", thì Huế còn "có gió tóc bay", có "bao con đường me vắng", có "mắt buồn mưa rơi". Ta hãy xem toàn bộ phiên khúc và điệp khúc thứ nhất:

https://www.youtube.com/watch?v=ZSRWE-Pch9M

Huế, Huế đến với tôi, là những cơn mưa

Là một dòng sông mộng, có bóng trăng thề

Huế, Huế đến với tôi, là một trời thơ

Bao con đường me vắng,

Từng phút trông mong, từng phút hẹn hò

Huế, Huế đến với tôi, là Thôn Vĩ Dạ

Là nắng hàng cau, có người thương yêu

Huế, Huế đến với tôi, có gió tóc bay,

Có người yêu dấu, mắt buồn mưa rơi …

Vậy đó, Huế đã trở thành chứng tích cho một (hay nhiều?) cuộc tình, với anh sinh viên đã có "những lần gặp gỡ, say đắm bên nhau, con tim nồng cháy, không biết mờ phai". Và tác giả cho ta một kết luận bất ngờ nhưng rất thuyết phục là:

Vì em nhỏ nhẹ,

vì em chi rứa,

Tôi quên, quên hết, quên hết đường về"

Nhưng tình yêu đâu có đơn giản như hai cộng hai là bốn? Trong nhạc Dương Đình Hưng có rất nhiều bài viết về những đổ vỡ trong tình yêu, những luyến tiếc tình xưa, những "phải chi", "thà như", là những cảm nhận nho nhỏ như "Chiều nay quay về phố lạ, biết lòng mình còn những đam mê". Tiêu biểu nhất là bài "Người Xưa Ấy" (hòa âm và phối khí: Nguyễn Đình Quang-Anh, trình bày Bích Hiền), viết về một người tình xưa, nay đã đi lấy chồng, dòng sông cũ khi xưa chẳng còn là "dòng sông mộng" nữa, mà đã thành "dòng sông vắng, buồn mênh mông".

https://www.youtube.com/watch?v=1CqL5MGhsYw

Người xưa ấy, đi lấy chồng

Dòng sông vắng, buồn mênh mông

Gió mùa đông, về lạnh lùng

Gió mùa đông! Gió mùa đông!

Nhớ người đi, đi lấy chồng,

Ngày vu quy, có nắng vàng

Nhìn xa xăm, man mác buồn

Buồn mênh mông

Buồn mênh mông

Buồn mênh mông …

Ta cảm nhận là ngày nàng lên xe vu quy, tuy nắng có vàng đấy, nhưng trong đôi mắt chàng thì chỉ có một nỗi buồn mênh mông, lặp đi lặp lại ba lần, cho ta cảm nhận lây cái nỗi buồn mênh mông như dòng sông cũ với gió Đông! Trong một bài nhạc khác, theo cùng với nỗi buồn là những luyến tiếc mối tình xưa, dẫn đến sự than trách, "phải chi", như trong bài "Thà Như Không Có Mưa" (hòa âm và phối khí: Đức Thiện, ca sĩ: Thu Hà). Tác giả trách ông Trời: "Thà như ngày xưa đó, không có buổi chiều mưa, không ai đón em về, anh làm kẻ đón đưa." Rồi nhạc sĩ khéo léo trách người yêu:

Em cho anh một lần,

mà vẫn mãi thờ ơ,

Anh cho em ngàn lần,

sao vẫn mãi chờ mong?

https://www.youtube.com/watch?v=MS52OIaVUCc

Rồi người nam kết luận là "thà như không có mưa, duyên kiếp không hững hờ".

Trong một nhạc phẩm mà tôi rất ưng ý khác có nhan đề "Nhạc Buồn Đêm Mưa" (hòa âm và phối khí: Nguyễn Đình Quang-Anh, trình bày Diệu Hiền), với một giai điệu và hòa âm bán cổ điển, nhạc sĩ bày tỏ tâm trạng giùm cho một người nữ với tiếng mưa rơi, với giọt buồn cũng tuôn "theo tiếng mưa rơi", để "khóc tình cay đắng, khóc duyên lỡ làng." Ta hãy thử hát theo bài với lời nhạc sau để cảm thông với tinh thần bản nhạc:

https://www.youtube.com/watch?v=EP-5y4oecRg

Nhạc buồn ai hát đêm mưa,

tương tư, tương tư sầu nhớ

Tìm về một giấc mơ hoa,

lệ nhòa trên phím đàn xưa

Giọt buồn thánh thót bên song,

mưa rơi mưa rơi đường vắng

Lòng buồn theo tiếng mưa rơi,

Anh ơi, có nhớ đường xưa lối về

Tiếng mưa rơi, tiếng mưa rơi,

giọt buồn theo tiếng mưa rơi

Tiếng mưa rơi, tiếng mưa rơi,

khóc tình cay đắng khóc duyên lỡ làng

Điệu buồn ai oán đêm mưa,

anh ơi, anh ơi sầu nhớ

Tình là một giấc mơ hoa,

Vì đâu anh hỡi tình xưa nhạt nhòa.

Có lẽ cũng lâu rồi tôi mới nghe được một bài có phiên khúc lẫn điệp khúc với hai câu cuối là thơ lục bát, nhưng được chuyển thành nhạc, thật ngọt ngào và đầy chất thuyết phục như vậy. Nếu không để ý chắc tôi cũng không biết đó là một câu lục bát.

Như đã viết sơ qua trong bài viết trước, tôi rất phục cách chú Hưng soạn lời Việt cho một số các nhạc phẩm ngoại quốc, nhất là bài "Em Lắng Nghe Mùa Đông" (Song From a Secret Garden – soạn nhạc: Rolf Løvland). Chú nói với tôi bài chỉ có nhạc, chú nghe xong thấm quá và soạn thêm ca từ. Tôi thấy prosody (hòa hợp giữa lời và nhạc) của bài này thật là "tới", nghe rất "phê", tôi nghe hoài không chán. Ta hãy thử hát theo:

https://www.youtube.com/watch?v=hwE7XK3RVzI

Tình em đơn chiếc, tha thiết

Em sống trong mùa đông

Em lắng nghe mùa đông u buồn

Tình em thương tiếc, thương tiếc

Anh có nghe mùa đông?

Anh có nghe lời em thở than?

Mình em lẻ bóng, lẻ bóng

Như ánh sao mùa đông

Trong bóng đêm mình em u buồn

Tình em đơn chiếc, đơn chiếc,

Như lá cây sầu đông

Bao tháng ngày đợi mong, đợi mong ….

Cảm động nhất là những câu cuối bài, thật buồn bã:

Lòng em thương nhớ, thương nhớ

Anh có nghe lời em

Anh có nghe đời em dở dang!

Trong một nhạc phẩm khác, bài "Yêu" ("Love is A Many-Splendored Things" (1955) – nhạc: Sammy Fain, lời: Paul Francis Webster), nhạc sĩ viết hẳn một lời nhạc mới. Ông định nghĩa cho ta "Tình Yêu" là chi, và ông cũng cho ta thấy một màu sắc khác của bản nhạc (từ phim cùng tên) cùng với một lối hòa âm jazzy, tân kỳ. Tôi nghe bài này mà liên tưởng đến một số bài của các tay tổ viết lời như Pierre Delanoë, ông ta viết lại lời Pháp hay quá, như "Fais Comme l' Oiseau" (do Michel Fugain trình bày) từ bản gốc Ba Tây với tựa là "Vocé Abusou", hay bài "Les Champs-Élysées" (do Joe Dassin trình bày) từ bài Waterloo Road, hay đến nỗi nếu không tìm hiểu sẽ không thể biết đó là những bài nhạc ngoại quốc với lời Pháp hoàn toàn mới. Nào, chúng ta hãy cùng thưởng thức:

https://www.youtube.com/watch?v=TapjpuEhqfw

Yêu là cho hết tình yêu trong lòng

Là dâng hiến những lúc,

Những phút thắm thiết sống bên nhau êm đềm

Tình yêu như cơn mưa, cơn mưa sớm,

Là ngọt ngào, ngọt ngào trìu mến

Tình yêu cho đi hết, mà không hề luyến tiếc.

Yêu là cho hết tình yêu ban đầu

Là yêu mãi, sống mãi,

nhớ mãi những phút giây thương yêu ngọt ngào

Dù mai đây chia xa, chia xa, xa quá

Có còn tìm đến bên đời?

Tình yêu ấy sẽ không bao giờ tàn phai!

Trích lời gốc:

Love is a many-splendored thing

It's the April rose that only grows in the early Spring

Love is nature's way of giving a reason to be living

The golden crown that makes a man a king

Once on a high and windy hill, In the morning mist

Two lovers kissed and the world stood still

Then your fingers touched my silent heart and taught it how to sing …

(Nguồn: Internet)

Tôi nghe ra như bản nhạc lời Việt này của chú Hưng là một bản "Tuyên ngôn Tình Yêu" khác, trong đó nhạc sĩ đã tuyên ngôn hộ cho những cặp tình nhân mọi lứa tuổi, làm tôi liên tưởng ngay đến bài "La Déclaration D'amour" mà tôi đã một thời say mê với giọng hát France Gall.

https://www.youtube.com/watch?v=4ufY6fB_jgA

...

Je veux des souvenirs avec toi

Des images avec toi

Des voyages avec toi

Je me sens bien quand tu es là

Je t'aime quand tu es triste, que tu ne dis rien

Je t'aime quand je te parle et que tu n'écoutes pas

Je me sens bien, quand tu es là

Trong buổi gặp gỡ ngắn ngủi này, tôi không quên đưa chú một "phong bì", dĩ nhiên không phải để hối lộ, mà trong đó có chứa nhạc và nhạc tờ của các bài nhạc Pháp thập niên 60, 70 và 80, với hy vọng "mỏng manh" rằng chú sẽ dành thời gian nghỉ hưu để viết thêm lời cho những bản nhạc Pháp mà tôi rất yêu quý. Tôi thực là "lực bất tòng tâm" khi cố chuyển vài ba bài sang lời Việt mà không thành công chút xíu nào hết. Tôi muốn nói đến các bản như "Lettre A France" (Michel Polnareff), "Un Jour, Un Enfant" (Frida Boccara), "Une Belle Histoire" (Michel Fugain), "J'ai Encore Rêvé d'Elle" (Il Était Une Fois), "Il a Neigé sur Yesterday" (Marie Laforêt),"L'Oiseau et l'Enfant" (Marie Myriam) , v.v. Hy vọng chú sẽ có thời gian để viết thêm các bài lời Việt như trên.

Nhạc sĩ còn nhiều nhạc phẩm đặc sắc nữa, nhưng tôi muốn để bạn khám phá. Đặc biệt một vài bài trong đêm nhạc "Áo Trắng với Cung Đàn" đã vừa được đưa lên mạng YouTube:

Huế Đến Với Tôi:

https://www.youtube.com/watch?v=4oTvw7A48r8

Cánh Hoa Dù:

https://www.youtube.com/watch?v=XKLvDFFVkfA

Một điểm đặc biệt là chú chỉ "rong chơi vào thơ và nhạc", nên toàn bộ các nhạc phẩm chú để chúng ta "dạo nghe" free, miễn phí, ở trang mạng:

http://www.duongdinhhung.com/songs.html

cũng như trên YouTube:

https://www.youtube.com/user/hunghoangduong/videos?disable_polymer=1

Cám ơn bạn đọc đã theo dõi tới cuối bài. Cám ơn nhạc sĩ / chú Dương Đình Hưng đã tặng cho những người yêu nhạc một bữa tiệc âm thanh thật tươm tất.

Hẹn bạn trong một lần tản mạn nhạc khác.

Thân ái,

Hiệp Dương (aka Học Trò)

Tiểu Sài Gòn

7/13/2018

Nhân Ảnh
2023

Liên lạc tác giả
hunghoangduong@gmail.com

Liên lạc Nhà xuất bản
han.le3359@gmail.com
(408) 722-5626